Bweni la Wasichana

Lucas Lubango

Mkuki na Nyota
DAR – ES – SALAAM

KIMECHAPISHWA NA:
Mkuki na Nyota Publishers Ltd
P. O. Box 4246
Dar es Salaam, Tanzania
www.mkukinanyota.com

ISBN 978-9987-753-84-0

Tembelea tovuti yetu www.mkukinanyota.com, kujua zaidi kuhusu vitabu vyetu na jinsi ya kuvipata. Vilevile, utaweza kusoma habari na mahojiano ya waandishi pamoja na taarifa za matukio yote yanayohusu vitabu kwa ujumla. Unaweza pia kujiunga na jarida pepe letu ili uwe wa kwanza kupata taarifa za matoleo mapya zitakazotumwa moja kwa moja kwenye sanduku la barua pepe yako.

Vitabu vya Mkuki na Nyota vinasambazwa nje ya Afrika na African Books Collective. www.africanbookscollective.com

"Nitaistahimili aibu japo kwa tone la uhai"

Yaliyomo

Sura ya 1

"Umewahi kuwaza, kwa nini mwanaume akikosea jambo yeye binafsi hujisemea, ama watu wa karibu hasa wanaume wenzake humwambia ameingia choo cha kike? Ni sawa kabisa na kisa hiki cha kweli. Sitasahau katika maisha yangu na sababu pekee iliyonifanya nijutie kwa mara ya kwanza kuzaliwa wa kiume na kuchagua kuwa mwalimu ama kufundisha katika shule ya wasichana pekee."

Naitwa mwalimu Richard Kazungu. Wanafunzi wangu hupenda sana kuniita 'Sir. Rich' na kwa vile mama na baba yangu walikopa uzuri kwa mwenyezi Mungu, basi watoto wa kike shuleni hapo walipenda kuniita Han Rich wakimaanisha *Handsome Rich*. Wakati huohuo wakimaanisha 'Honey Rich' kwani nilikuwa mwalimu wa kiume mdogo kuliko wote. Kwa vile ni watoto wa shule ya sekondari, tulionekana kama vile tunalingana.

Nakumbuka ilikuwa mwaka 2015 kwa mara ya kwanza nikitokea Chuo Kikuu cha Dar es Salaam, nikiwa nimehitimu shahada ya elimu katika biashara, adhimu kabisa. Wakati nasubiri ajira ya serikali ambayo kwa mwaka huo ilichelewa sana kuliko miaka yote. Nilipeleka maombi katika shule kadhaa zisizo za serikali katika jiji la Dar es Salaam na mikoa ya jirani ya Pwani na Morogoro ili nifanye kazi, japo nipate fedha ya kujikimu.

Nilikaa sana bila kujibiwa kiasi cha kukata tamaa. Niliendelea kusubiri na ndipo Mungu aliponifungulia njia zake. Ilikuwa yapata saa nne asubuhi nilipopigiwa simu ambayo ilikuwa na namba chache sana tofauti na laini za kawaida. Niliingiwa woga, nikawaza:

"Hii simu ni ya watu wa kawaida kweli au matapeli?"

Nilijikaza na kuipokea simu ile. Nikasikia sauti yenye upole na mvuto wa hali ya juu. Kwa watu tuliohudumu kanisani bila shaka kwa sauti ile, ni wazi ungesema inatokea kanisani. Ni mwanamke ambaye kwa sauti yake niliuhisi urembo wake. Sikudhani kama umri wake ulikuwa umeenda mbali kiasi kile.

"Ndiwe Richard Kazungu?"

"Naam; ndimi."

"Kesho utahitajika kufika katika shule ya sekondari Bikira Maria Mama wa Huruma iliyopo Bagamoyo kwa ajili ya usaili wa somo la uhasibu."

"Asante sana, nitafika."

Alikata simu, nikabaki nimeduwaa. Furaha ikiwa imetanda moyoni mwangu. Nilijisemea,

"Asante Mungu umesikia kilio changu." Nikaiweka simu chini. Nikaichukua tena, nikaiangalia ile namba, nikaikumbuka tena sauti ya yule mwanamke.

"Ama kweli Mungu hamwachi mikono mitupu atafutaye riziki kwa haki." nilijisemea.

Kama kawaida, sina wasiwasi na uwezo wangu katika ufundishaji wa somo la uhasibu, na mimi ndiye niliyetia fora katika matokeo ya mtihani wa somo, ndani na nje ya shule wakati nasoma. Sikujiandaa kwa kusoma bali niliandaa nguo zangu vizuri kwa kuzipiga pasi. Niling'arisha kiatu changu vizuri kabisa na jioni ilipofika, nilienda kwa kinyozi. Kwa kweli, nilijipanga kupendeza kwani nilipania sana kwenda kufanya usaili huo. Siku ile sikulala, usiku kucha nilikuwa na usingizi wa mang'amung'amu kama mbwa anayesinzia kwa jicho moja. Kulikucha mapema sana kwangu, saa kumi alfajiri nikaenda kuoga na kuvaa vizuri.

Safari yangu ya kwenda Mji wa kihistoria wa Bagamoyo nikitokea Tabata ilianza nikiwa na shauku kuu. Kwa kweli sikuwa na kizuizi cha kunichelewesha njiani, kwani hata kwenye daladala kondakta alihisi amebeba afisa, mwanasheria msomi wa daraja la juu. Si mchezo kiatu cheusi, suruali nyeusi, shati jeupe na tai nyeusi. Huenda daladala lenyewe lilikuwa linawahi mahali maana Kondakta hakuwa na shida sana na abiria wa njiani, jambo ambalo lilitufanya tufike mapema sana Bagamoyo.

Nilipofika Bagamoyo mjini, nilichukua bodaboda ambayo ilinipeleka mpaka shuleni. Kilichonistaajabisha nilipofika getini, nilikutana na Sista ambaye kabla hata ya kujitambulisha kwake aliniita, "Richard." Nami japo kwa mshangao, nikamuitikia.

"Naam."

"Naitwa Sista Margaret."

Alinichukua moja kwa moja hadi ofisi ya mkuu wa shule ambaye naye alijitambulisha kama Mama Mkuu, Sista Maria. Kwa mazingira hayo tayari nilikuwa nimepotea kabisa kimawazo. Nikawa nawaza mambo mengi kiasi kwamba nilianza kuogopa; maana wakati Sista Margaret akinipokea, alinipitisha njia ambayo nisingeweza kukutana na wanafunzi lakini niliwaona kwa mbali wakifanya usafi wa mazingira; wakikata maua, wakimwagilia miti na wengine wakifagia. Wote hao walikuwa makini na kazi yao wala wasinishangae. Niliwaza na kujisemea, "Lolote na liwe."

Wakati nawaza hayo, Sista Margaret na mwalimu mkuu, Sista Maria, waliingia ofisi kuu na kuniacha mapokezi. Muda wa wanafunzi kujipanga mstarini uliwadia; walimu na wanafunzi wote wakawa katika kusanyiko hilo la asubuhi. Tangu nilipopokelewa getini, lugha ya mawasiliano ilikuwa ni kiingereza tu. Haikuwa tabu kwangu kwa sababu naongea kiingereza kwa ufasaha kabisa.

Hadhira ile ilimsikiliza mkuu wa shule baada ya wanafunzi kuimba wimbo wa shule ambao unaelezea sifa za Mama Bikira Maria, mama wa huruma, pamoja na sala za asubuhi. Hotuba yake ilihusu mambo ya kitaaluma na jambo moja ambalo sitalisahau na ndilo linalozifanya shule za seminari kuongoza katika mitihani, Sista Maria aliwaambia, "Kazi na sala, na yeyote asiyetufaa atatupisha."

Wakati Sista alipokuwa akizungumza, mawazo na macho yangu yalikuwa juu ya maua ambayo unaweza kudhani yamedondoshwa kutoka mbinguni. Kwa kweli kuna watu waliumbwa kwa kupendelewa; wale watoto walifanana sana, kama watoto wa mama mmoja. Sare zao rangi ya kijani kibichi, zilivutia sana.

Muda wa darasani ulipofika, niliitwa. Nikaongozana na walimu wawili ambao ni wakuu wa idara ya masomo ya biashara, mkuu wa shule pamoja na Sista Margaret. Tukaingia darasa la mchepuo wa biashara kidato cha tatu. Kwa heshima watoto walisimama na jopo la walimu wakiongozwa na mkuu wa shule, wakachukua nafasi zao. Sista Margaret kwa sauti ya kunong'ona akaniambia,

"Unazo dakika thelathini kutushawishi!"

Muda huo akili yangu ilikuwa imehama kabisa. Mbele yangu kulikuwa na watoto wale wa kike, sikuwa na ujasiri wa kuwatazama machoni. Nikakumbuka kwa nini nilikuwa pale; nikawaza,

"Muda wote nimehangaika nikiwa naingoja fursa kama hii itokee, sitafanya makosa."

Niliinama chini, nikaokota kifutio na chaki, kisha nikaandika somo na mada ambayo ilihusu utunzaji wa vitabu katika biashara za ubia, yaani *Partnership Accounting*, mada ninayoipenda kuliko zote. Nilichokifanya, wale watoto walistaajabu na kabla ya kumaliza kipindi, wote walisimama wakinipigia makofi. Niliduwaa huku moyo wangu ukiwa umejawa na furaha ajabu. "Tayari wateja wangu nimeshawashawishi na kilichobaki hapa ni mkataba tu."

Nikiwa nawaza hayo, mkuu wa shule alinipa ishara kwamba nitoke nje ya darasa, walibaki wao na wanafunzi. Baada ya muda mfupi walitoka na kuniongoza kuelekea ofisi ya mkurugenzi kiongozi wa shule, Padre Maziku, ambaye alisoma dodoso la usaili kisha akamuuliza mkuu wa shule,

"Mama, unamuonaje huyu kijana?"

"Sijamkubali na hivyo hatufai!"

Nilishtuka japo hawakunigundua; nikapitisha kidole machoni kufuta chozi lililokuwa likinilenga. Sikuamini kwa nini mambo yamegeuka. Padre Maziku akamuuliza tena mkuu wa shule,

"Kwa nini?"

"Kwa kweli kwa historia ya kijana huyu kitaaluma na jinsi alivyofundisha darasani, mwonekano na mwenendo wake ni mzuri; lakini anaonekana mdogo sana umbo lake japo umri wake ni miaka 27! Nahofia asije akasababisha historia ya mwalimu Paul ikajirudia. Baba, hukumbuki ni kwa kiasi gani mwalimu yule kijana alivyotutia doa?" Wakati huo nawaza, "Sista Maria ana roho mbaya sana japo amevaa vazi rasmi la kitawa na msalaba wa Yesu." Sikuwa na namna, na ndipo Padre Maziku akasema, "Ni kweli tuna uhitaji wa mwalimu wa uhasibu mwenye vigezo; na wewe umeshindwa kukidhi kigezo kimoja ambacho hakina uhusiano na vyeti."

Niliinamisha kichwa chini, nikawaza, "Mungu umeniumba hivi, ukanipa uhai, kwa nini unaruhusu mwonekano wangu uwe kikwazo katika maisha yangu? Nitaenda wapi mimi? Umenipa kipaji cha kuwa mwalimu; nimefundisha watoto wamenikubali, lakini uongozi umenikataa! Mungu nisaidie!"

Niliinua kichwa changu juu, nikastaajabu kuwaona viongozi wote wakiwa wameduwaa wakiniangalia! Nilifuta machozi. Nikasimama; wote wakinitazama, nikawaambia, "Nawashukuru sana kwa nafasi hii mliyonipa ila kwa kuwa sijafikia vigezo vya maumbile na mwonekano, naomba niende. Siku Mwenyezi Mungu akiniumba upya nitakuja tena kufanya kazi na ninyi! Kwaherini."

Niliushika mlango na kuanza kuondoka. Nilipita karibu kabisa na lile darasa la kidato cha tatu ambalo nilifanyia usaili. Watoto wote walisimama wakinichungulia madirishani na kuniita, "The father of accounts, yaani nimewashawishi kiasi cha kunipa jina la baba wa uhasibu, Mark Luca Pacialo, Mmonki wa Kifaransa, mwalimu wa hisabati na Mtawa wa zamani wa Kanisa Katoliki!"

Niliwatazama na hakika huzuni yangu waliigundua maana pamoja na kunipungia mikono ya kunifurahia, sikuwajibu maana kwangu niliiona ni mikono ya kwa kheri mwalimu.

Nilitembea kwa kasi pasipo kujikwaa nikielekea getini kwa mlinzi. Kabla sijasaini kwenye kitabu cha wageni ili nitoke, simu yangu ikaita, nikaiangalia; niliduwaa kwa muda, kisha nikaipokea, "Haloo?"

"Tunakuomba urudi ofisi ya Mkurugenzi!" Alikuwa ni Sista Margaret. Niliwaza, "Kulikoni tena? Acha tu nirudi nikawasikilize."

Nilirudi upesi nikiwa sina matumaini yoyote. Nilifika ofisi ya Mkurugenzi na kabla hajaniambia lolote, alinikaribisha nikakaa! Tukiwa wawili tu, aliniuliza, "Uzoefu wako ukoje katika kufundisha? Tofauti na vigezo ulivyovikosa, unahisi una kitu gani cha ziada ambacho sisi hatukijui walau utushawishi tukuajiri?" Nikakaa kimya kwa muda, akaniuliza tena, "Huna chochote?" Nilimtazama machoni, "Ukiangalia vyeti vyangu, mimi ni mhitimu wa chuo, sina uzoefu katika kufundisha lakini kama itasaidia, naomba uangalie kuna vyeti vyangu hivi, nilisahahu kuviambatanisha wakati natuma vyeti vingine." Nilisema huku nikimkabidhi.

Alichukua vyeti vyangu na kuviangalia. Padre Maziku alistaajabu, "Hiki ni cheti cha mwanafunzi bora katika somo la uhasibu mkoa wa Shinyanga na Tabora mwaka 2008 na 2009? Hivi vyeti vya mikoa vina maana gani? Unaweza kufafanua?"

Kabla sijasema, nilihema kidogo na moyoni nikajisemea,"Umegusa penyewe."

Sista Margaret na mkuu wa shule wakaingia, nikaendelea kuongea. Nikamwambia Padre Maziku, “Vyeti hivi nilipewa baada ya kuongoza kumi bora kimkoa masomo yote mawili, uhasibu na biashara. Uhasibu nilipata alama 96 na biashara nilipata 89; nikawa mwanafunzi wa kwanza mkoa wa Shinyanga kwenye masomo ya biashara mwaka 2008 nikiwa kidato cha tatu.” Wakati huo Padre Maziku alikuwa anatikisa tu kichwa, nikaendelea kumueleza, “Hicho cha mwaka 2009, ni mtihani wa utamilifu au *mock* kidato cha nne ambao uliunganisha mikoa miwili ya Tabora na Shinyanga. Kwa mara nyingine niliingia kwenye kumi bora ya somo la uhasibu nikiwa na alama 97. Mtihani wa taifa nilifaulu somo la uhasibu kwa daraja A na kujiunga na shule ya vipaji maalumu huko Pwani na hatimaye nikajiunga na chuo kikuu cha Dar es Salaam mara baada ya kumaliza kidato cha sita. Sijawahi kufanya mambo yoyote ya ajabu katika maisha yangu, ninachokijua ni kwamba natoka familia maskini na hapa ninachokitafuta ni kazi tu na mkinipa nafasi, mtafurahi sana kufanya kazi na mimi!”

“Inatosha mwalimu! Padre Maziku alisema, “Je, unakubali tukuchukue katika hatua ya awali chini ya uangalizi kwa miezi mitatu na utalipwa shilingi 600,000/= kwa mwezi?”

Yaani nilitamani kuruka lakini sikuweza. Nikamwangalia Sista Maria, akatikisa kichwa ishara ya kukubali. Sista Margaret akanichukua mpaka chumba ambacho walimu hukitumia kulia chakula; tukapata staftahi. Wakati tunaendelea, Sista Margaret akaniambia, “Tumekupa muda wa majaribio na ili ufaulu, ni bora ukasingiziwa unatoka na mimi, si wale watoto.”

Kwa kweli nilibanwa na haja ndogo ghafla na chai nikaiona chungu; na hata niliporudi kutoka msalani, sikuendelea tena. Akanipeleka kwenye nyumba za walimu.

“Tunazo nyumba za walimu wenye familia na vyumba kwa ajili ya walimu wasio na familia kama wewe; ila wewe nakupa nyumba ya familia, unatakiwa uoe.”

Tayari tukiwa ndani ya nyumba aliyonipangia kuishi, alizungukazunguka huku na huko, alifungua madirisha na kujaribu kama maji yanatoka, akasema tena, “Utakuwa unalala humu.”

“Nashukuru sana Sista kwa ukarimu wenu na zaidi kwa kunipa nafasi ya kufanya kazi na ninyi.”

Kisha Sista Margaret akaniacha. Japo nilikuwa nimepata kazi na bado sijarudi nyumbani; nilijikuta najawa na mawazo nikiwa nimejilaza kitandani; mengine yalinitoa chozi na mengine yalinichekesha.

"Kwa kweli kwa historia ya kijana huyu kitaaluma na jinsi alivyofundisha darasani, mwonekano na mwenendo wake ni mzuri; lakini ana mwili mdogo sana japo umri wake ni miaka 27! Nahofia asije akasababisha historia ya mwalimu Paul ikajirudia. Baba hukumbuki ni kwa kiasi gani mwalimu yule kijana alivyotutia doa?"

"Tumekupa muda wa majaribio na ili ufaulu; ni bora ukasingiziwa unatoka na mimi si wale watoto."

Nikawakumbuka watoto darasani walivyokuwa wakitabasamu. Nikakumbuka jinsi Annie alivyonikonyeza kutokea kiti cha nyuma; nikakumbuka umakini wa Diana katika kujibu maswali. Nikatabasamu na kujisemea, "Yote heri; kama Mungu umenileta njia panda na uniondoe kwa mapenzi yako, sina pingamizi nitafanya kazi kwa weledi nikizingatia taaluma, maadili na miiko ya kazi yangu, Ee Mungu nisaidie."

Ghafla mlango ukafunguliwa, Sista Margaret akaingia, hakunisemesha bali alitabasamu.

"Naona umenogewa na kitanda, utaweza kazi kweli wewe?"

"Hapana Sista, kazi nitafanya tu na hapa nilikuwa nafikiria ni kwa jinsi gani nifanye ili niache historia kubwa hapa shuleni."

"Kama ni hivyo sawa."

Alinichukua mpaka karibu na geti la kutokea.

"Nenda uchukue mizigo yako; kesho utaanza kazi."

"Nashukuru tena sista, Mwenyezi Mungu awabariki."

Niliondoka mpaka kituo cha bodaboda, nikafikishwa Bagamoyo mjini; nikapanda daladala na kuanza safari ya kurejea nyumbani kwangu, Tabata.

Sura ya 2

"Nikikutazama uso wako, mdomo wako unapozungumza; ulivyoumbika; najifunza mengi zaidi ya somo lako ubaoni. Natamani kukujua; naamini kuna zaidi ya ninachokiona kwa macho kilicho kizuri zaidi kwako."

Daima maneno ya Sista Margaret yalibaki kuwa sala yangu kila mara nilipokuwa najiandaa kukutana na wanafunzi wangu. Muda wote nilitamani muda wa kusali ufike maana hapakuwa na namna nyingine ya kuijenga imani yangu kwa viongozi wangu zaidi ya kuonesha juhudi katika kusali na kusimamia wanafunzi katika masomo yao.

Ilikuwa asubuhi na mapema wakati wa masifu ya asubuhi yaani sala za asubuhi; nikiwa natembea kuelekea kanisani, binti mmoja alikuja mbio akanikumbatia.

"Sir. Rich karibu sana; siku zote nilikuwa nakwepa sala za asubuhi lakini kwa ajili yako nimekuja, natumai hata ufaulu wangu utaongezeka."

"Haya sasa niachie."

"Kwani vibaya?" Aliniuliza binti yule. Niliwaza nikisema ndiyo, nitakuwa naidhulumu nafsi yangu lakini nitafanyaje; yeye ni mwanafunzi na mimi ni mwalimu na tuko eneo takatifu."

Nilitabasamu tu, naye akatabasamu.

"Naitwa Paula."

Punde Sista Margaret akatokea, tukasalimiana na kuongozana kuelekea kanisani. Hata muda wa vipindi ulipofika, nilikuwa na shauku ajabu kwenda darasani kwa mara ya kwanza kama mwalimu wa somo la uhasibu kidato cha tatu. Mpaka sasa katika mawazo yangu picha nzima ya darasa ilikuwa juu ya Diana, Annie, Josephina na Paula ambao tayari nilikuwa nawafahamu kwa majina na sura. Nikayakumbuka maneno ya mwalimu wangu wa chuo kikuu, *"Mwalimu ni mlezi na wakati mwingine ni mzazi; maana muda wote watoto wakiwa shuleni, yeye husimama nafasi ya mzazi."*

Mara zote nililishika hilo japo ulikuwa mtihani mgumu sana. Wakati natembea taratibu kuelekea darasani, nilisikia mlio wa simu yangu. Mama yangu alikuwa akinipigia. Nilipokea simu na kumsalimia.

Akasema machache tu, "Hongera kwa kupata kazi mwanangu, zingatia maadili ya kazi, usichape viboko watoto wa watu."

"Sawa mama; acha niendelee na kazi, nitakupigia baadaye."

Niliingia darasani, palikuwa na utulivu wa hali ya juu, baada ya salamu kutoka kwa wanafunzi, nikaandika somo na mada ya siku kabla ya utambulisho. Wakati nageuka, nikaona mazingira yamebadilika. Sikujua ni nini lakini nilichokiona ni wanafunzi watatu; wawili wakiwa wamekaa katika kona za darasa na mmoja mstari wa katikati wakiwa wamekaa mkao wa aibu. Sikutaka kuonesha mshtuko niliendelea na utambulisho wa majina kuwafahamu wanafunzi. Baada ya muda wakati somo linaendelea, Paula, alikuwa bado anaendelea na ule mtindo wa ukaaji ambao ni kinyume na maadili ya darasa na zaidi msichana hapaswi kukaa vile. Nilimsogelea, nikamuinamia sikioni, kwa sauti ya upole na ya chini kabisa nikamnong'oneza, "Tafadhali kaa vizuri; hapa ni darasani."

Hakusema kitu, bali alionekana kuwa mbali sana kimawazo kama mtu ambaye alikuwa haelewi chochote kilichokuwa kinaendelea. Alikaa sawa; nikafundisha vizuri na baada ya somo kabla sijawaachia kazi ya kufanya, nikawaambia, "Hivi mnajua mada niliyoichagua kwa ajili ya usaili ni ya kidato cha nne?"

Wote walicheka sana, na Annie akaropoka, "Ulitaka kutuoshea.!" Nilitabasamu.

"Yote mema, nawashukuru sana kwa kunikubali maana msingefanya hivyo, nisingepata kazi! Zaidi nahitaji ushirikiano wenu, jitahidini kuwa wanafunzi bora na si bora wanafunzi, zingatieni kilichowaleta hapa! Asanteni."

Walisimama na kupiga makofi, nikaondoka.

Ilipofika jioni; nakumbuka ilikuwa ni siku ya michezo, sikuwa na majukumu yoyote ya kufanya jioni ile, ilinibidi nijisogeze katika viwanja vya michezo nikiwa nimevalia kimichezo. Kwa kweli, sare za shule zilaaniwe. Watoto wakiwa katika nguo za michezo walionekana tofauti sana. Yale maungo ambayo huwa yanafichwa na sketi kubwa za Bikira Maria Mama wa Huruma, yalionekana wazi. Karibu yangu alikuwepo kijana mwenzangu ambaye ni mwalimu wa michezo; hata kabla sijasema neno, akaniambia;

"Kuna mtu mmoja katika maisha yake hakuwahi kusafiri kwa gari moshi, wala hakujua linafananaje mbali tu na kulisoma kwenye vitabu. Siku moja alibahatika kuwa na safari hiyo ya treni na hivi alikuwa na shauku kubwa! Alitamani alipande aone kuna tofauti gani kati ya basi na gari moshi. Kabla hajalipanda akaambiwa; mabehewa yote ni sawa na yanafanana kwa kila kitu, lakini hairuhusiwi kupanda kama hujawahi kupanda. Akauliza, 'kwa nini? Itakuwaje hivyo wakati nimeshalipia nauli?' Mara akatokea bibi kizee mmoja. Jamaa akaambiwa yule pale ndiye dereva na huyo atakwambia kwa nini huruhusiwi kupanda treni kwa mara ya kwanza kama hujawahi!"

"Mhhh!"

Nilistaajabu sana; nikawaza mengi juu ya mfano ule. Sikupata kuuelewa hata kidogo, nikamuuliza, "Enhe jamaa, ikawaje?" Mwalimu wa michezo akaendelea kunisimulia;

"Yule jamaa alijikakamua akamsogelea yule bibi. Kila alipotaka kumwambia aliishia kuziba pua kwani yule bibi alikuwa kama hajaoga maisha yake yote. Jamaa alijaribu tena kumsogelea yule bibi, akakakakaaa.! Bibi hasogeleki, duh! Akawa anajisemea, nahisi kichefuchefu, nahisi kutapika. Jamaa akaenda pembeni kutapika. Wakati anainuka, tayari gari moshi lilikuwa limemuacha maili kadhaa; na safari yake ikaishia hapo. Hakusafiri na wala hakutamani tena kusafiri kwa gari moshi."

"Richard, umejifunza nini katika hadithi hii?"

Mwalimu wa michezo aliniuliza huku akiendelea kufunga gidamu tayari kwa michezo. "Sijaelewa chochote!"

"Sawa." Akaniuliza tena, "Unafikiri kwa nini msafiri aliambiwa mabehewa ya treni yanafanana?"

"Kwa kweli sijui!"

"Umewahi kupanda treni?

"Mara nyingi sana!"

"Kama ndivyo, itakuwa unafahamu kuwa behewa la mbele wakati wa kwenda ndilo behewa la nyuma wakati wa kurudi. Na kama umewahi kusafiri kwa treni, hakuna haja ya kuchagua behewa la mbele wala la nyuma maana yote ni sawa."

Nikamwambia, "Mfano wako nitautafakari kwa kina."

"Sawa, tuendelee na michezo."

Wakati michezo inaendelea, mawazo yangu hayakuwa juu ya wale watoto tena. Nilikuwa natafakari bila mafanikio hadithi ya mwalimu wa michezo.

"Kwa nini amenisimulia kisa hiki?"

Nikiwa nimezama katika mawazo mazito, kama kwenye ndoto, nikasikia sauti ya binti akinisemesha na kusogea nilipokuwa nimekaa nikitazama michezo. Nikagutuka na kumwangalia usoni, alikuwa ni Diana. Nilishtuka sana japo mshtuko wangu niliuficha ndani ya tabasamu zito nikifurahia ujio wa Diana ambaye naye alikuwa anatabasamu ajabu.

"Mambo vipi Diana!" nilimuuliza.

"Poa sana 'Sir Rich!" Akajibu kwa uchangamfu mkubwa.

Nilipomwangalia paji lake la uso, niligundua kuwa Diana naye alikuwa mrembo sana. Umbile lake kwa kweli lilikuwa tofauti sana katika mwonekano wa nguo za nje ya darasa yaani *shamba dress*. Yeye hakuvaa nguo za michezo.

"Karibu Diana!"

Wakati anasema asante, mbele yetu walipita Josephina na Paula; wote wakiwa ndani ya bukta za kijani na Tisheti nyeupe za timu ya Leicester City, timu ya mpira wa miguu huko Ulaya, zikiwa na nembo ya *King Power*. Wote wawili wamevalia soksi nyeupe na kandambili nzuri sana. Wakiwa wanatembea, mikono yao ilikuwa kwenye mifuko ya bukta huku vitambaa vikining'inia chini. Nilitabasamu kuwaona. Tuliendelea na mazungumzo. Diana alinikaribisha kwa kunitoa wasiwasi, "Mwalimu Richard, hapa kila mtu anajitambua, na sisi ni watu wazima kwa sasa na tunafuata maadili ya dini, japo unaweza kuhisi vibaya kwa mwonekano wetu ndani ya nguo za michezo!"

"Hapana; mimi niko sawa na isitoshe mpaka nakuwa mwalimu hakuna jipya hapa, yote ni marudio tu."

"Ni kweli! Lakini Sir. Rich kuna kitu nataka nikwambie." Akasema Diana, lakini kabla hajaniambia akapoteza uchangamfu ghafla na akaanza kuondoka; "Wakati mwingine nitakueleza."

Alipoondoka, nikabaki najiuliza moyoni, "Kulikoni tena?"

Mara mwalimu wa michezo akanishtua, tukaanza mbio kuzunguka uwanja na baadhi ya wanafunzi wakajiunga nasi. Baada ya mazoezi, tukarejea kila mmoja kwake na wanafunzi wakaenda kujiandaa na sala pamoja na chakula cha jioni. Mawazo yangu ni juu ya Diana, "Nini kilimfanya awe vile?"

Siku iliyofuata nilikuwa ofisini nikijaribu kuwaza juu ya maisha yangu pale huku nikijipa moyo kuwa nikiendelea kukaza nitafanikiwa kuzivuka changamoto na kuna dalili nzuri naziona kwa mwalimu wa michezo. Tunaweza kuwa marafiki hivyo atanisaidia mbinu iliyomuwezesha akadumu hapa."

Niliutafakari tena mfano wake bila majibu.

Wakati huo kiongozi wa darasa akaniletea daftari, nikawa nasahihisha zoezi. Nikiwa nimepitia daftari kadhaa, nikafungua daftari moja na kwa bahati mbaya au nzuri, daftari lilidondoka chini pu! Kabla sijaliokota nikaliangalia vizuri, nikaona maandishi, sikuyatilia maanani nikalichukua na kulisahihisha. Wakati nataka kuliweka, nikapata wazo niliangalie tena. Nikafungua kurasa za katikati. Nikaona karatasi yenye maandishi, nikaisoma kwa wasiwasi mwingi;

> *"Nikikutazama uso wako, mdomo wako unapozungumza; ulivyoumbika; najifunza mengi zaidi ya somo lako ubaoni. Natamani kukujua; naamini kuna zaidi ya ninachokiona kwa macho kilicho kizuri zaidi kwako."*

Nilitahamaki na kupiga meza kwa hasira. Sikujua Sista Margaret alifika muda gani pale! "Kulikoni mwalimu." aliuliza. Nilitabasamu, nikamwambia, "Hakuna kitu Sista Margaret, mwanafunzi wangu kakosea hatua moja tu apate swali lote."

"Hicho ndicho kilichokufanya upige meza? inaashiria utapiga hata vioo siku za usoni."

Tukacheka tu.

Nilibaki na mawazo huku wasiwasi ukiwa umetanda juu ya moyo wangu. Nikaangalia jina la mwanafunzi; anaitwa, Monika *a.k.a Monee, Baby Money*, kama alivyokuwa ameandika kwenye daftari lake. Niliitumia vizuri teknolojia. Nilichukua simu yangu na kuupiga picha ule ujumbe, nikamtumia Pius, rafiki yangu wa karibu ambaye naye ni mwalimu katika shule ya Jeshi la Wananchi wa Tanzania, Jitegemee sekondari. Pius alicheka sana kwa *emoji* baada ya kuusoma ujumbe huo, akanijibu; "Huo ni mwanzo tu!" akasisitiza, "Kama vipi mwanangu, cha kufanya, ili uweze kuishi hapo na uepukane na hizo adha, usiwakatae. Wewe wapange tu halafu wakati wa likizo unakuwa unavuta mmojammoja.

Maisha yenyewe magumu haya, tumesoma kwa tabu, tunafanya kazi kwa tabu. Malipo hayaendani na elimu yetu kwa hiyo posho zetu ndiyo kama hivyo, ndiyo maana mwalimu hazeeki."

Nilicheka sana kwa maneno ya Pius. Urafiki wetu ni wa muda mrefu. Mimi na yeye tumetoka mbali na huwa hatushauriani ujinga. Kwa hili, tulishindwa tufanyeje zaidi ya kuikubali changamoto.

Maisha yangu yalizidi kuwa ya wasiwasi siku zote lakini nitafanyaje; na hii ndiyo kazi niliyoisomea. Maisha yangu, familia yangu na kila kitu kinategemea huu ualimu. Nikayakumbuka maneno ya mama, *"Hongera kwa kupata kazi, zingatia maadili ya kazi; usichape viboko watoto wa watu."*

"Mama alimaanisha nini? Mbona wanafunzi wenyewe hawana hata dalili za utovu wa nidhamu. Hata hivyo viboko shuleni kwetu havitumiki na nidhamu ya wanafunzi ni ya hali ya juu sana licha ya changamoto chache za kawaida. Pengine mama alimaanisha kitu kingine kabisa."

Wakati wanafunzi wakiwa bwenini nilikuwa napita karibu na Bweni la Mtakatifu Yosefu Mfanyakazi. Palikuwa na utulivu wa hali ya juu sana, wanafunzi wakiwa wamelala. Ilikuwa yapata saa nne na nusu usiku baada ya maandalizi ya masomo usiku *night preparations* au *Prep*. Nilisikia sauti kama watu wakiongea japo kwa chini sana. Nilipotazama usawa wa dirisha, nikaona wanafunzi sita, watatu upande mmoja na wengine upande wa pili wa kitanda. Nilisogea karibu ili nisikilize vizuri wanachokiongea. Mmoja akasikika akisema; "Maisha haya, hivi inawezekanaje mtu anasoma shule kubwa kama hii anakosa pesa ya kununulia pedi anafunga tambala. Hahaaaa!" Walicheka kwa dharau. Akaendelea kuongea, "Hata kama ni yatima, huyu kazidi!" Wenzake wakacheka tena. Maneno yale yalinishtua sana japo sikujua yanamhusu nani na wala sikujua hasa ni akina nani walikuwa wanazungumza. Niliongeza umakini kusikiliza, mmoja akasema, "Hebu tuachane na hayo."Akaita kwa sauti ya juu kiasi kwamba wenzake wakamfunga mdomo, "Baby Monee, tupe habari za Han Rich, alichukua hatua gani?"

Wakiwa wanamziba mdomo mwenzao asiongee kwa sauti ya juu, nikajiweka sawa tena nisikie japo tayari nilikuwa nimehisi walikuwa ni akina nani. Kati yao, nilimuona mwingine akiwa amekaa katikati, mithili ya akaavyo mwenyekiti wa kikao na kufanya idadi yao kuwa saba. Kabla hajasema, walitulia na kujaribu kuangalia huku na huko;

palikuwa kimya. Na mimi sikuonekana maana nilikuwa sehemu nzuri ya kificho cha tenki la maji. Monika akawa anawatuliza wenzake, "Shiii! shiii! Haya sikilizeni sasa."

Mara nilihisi kama kuna mtu alikuwa anakuja nyuma yangu. Ilinibidi nijifanye kama nachezea simu yangu. Nikageuka nikiwa naumia vibaya mno kwani sikusikia mambo ya Monika. Alikuwa Sista Margaret, akanisalimu, "Kristu!"

"Tumaini letu!"

"Naona uko kwenye majukumu!"

"Ndiyo madam!"

"Hahahaaaaa!" Alicheka kisha akaniuliza, "Umeniitaje?"

Sista Margaret akaniuliza kwa mshangao ulioambatana na tabasamu la hali ya juu. Nikawa najisemea moyoni, "Kwa kweli Sista Margaret ameumbika sana, hata kwenye vazi rasmi la kitawa utaushuhudia urembo wake."

"Kwani ni vibaya kukuita madam?"

"Siyo vibaya sheikh" Nilitabasamu, "Ni sawa kuniita hivyo lakini kwa mkristu mkatoliki kama wewe ni makosa!"

Akaniongoza tukakaa sehemu, akaendelea kusema, "Jina langu na kazi yangu, maana na umuhimu wake ni juu ya cheo hicho, *sista,* ukiondoa neno hilo ni sawa na kunivua kilemba na hapo nitakuwa mwanamke wa kawaida; na kwa umri huu na urembo wangu, tayari ningekuwa na mume na watoto kama wawili hivi."

Nilicheka japo maneno yale yaliniingia sana, kisha akasema; "Nenda kalale!"

Niliondoka kichwa kizito, moyo mgumu. Nikafika nikajitupa kitandani, ilikuwa yapata saa tano usiku. Nikaoga na kwenda kitandani. Sikupata usingizi kabisa, nilikuwa nawaza nini kiliendelea kwenye mazungumzo ya wale watoto bwenini na kwamba nani aliyekuwa anatetwa hana hela ya matunzo yake muhimu. Niliwaza pia maneno ya Sista Margaret, nikajisemea "Kweli kama angekuwa mke wa mtu angeonekanaje?"

Nikawa namvalisha nguo kadha wa kadha, gauni. Dera. Khanga. Suruali. Lo! Sijui usingizi ulinipitia saa ngapi.

Kwa muda wa wiki moja sasa Diana amekuwa hana raha. Nakumbuka ilikuwa ni siku ya jumatatu, nafundisha darasani, nilimwona Annie akipitisha kikaratasi kwa Josephina. Wakagundua nimehisi kinachoendelea, na mimi kama mwalimu nilitaka kudhibiti hali ya utovu wa nidhamu darasani. Nikawaambia Annie na Josephina wasimame; kisha wanisomee ujumbe uliopo chini ya daftari! Walikaa kimya huku wakiangaliana.

"Hamtaki? Msitupotezee muda."

Pembeni dawati la mbele alikuwepo Jackie. Nikamwambia achukue na atusomee kikaratasi. Alipokichukua akakaa kimya.

"Jackie huwezi kutusomea?"

"Kwa kweli siwezi!"

Nikasogea pale, nikakichukua kikaratasi. Nilipokisoma nikaishiwa nguvu. Kwa vile darasa lilikuwa linasikiliza sikuwa na budi kuwasomea,

"*Hebu muangalie Boy Rich, mpandishe na kumshusha, kisha mvue nguo kwa dakika moja.*"

Wanafunzi walicheka kwa sauti ya juu sana. Aibu ikiwa imenijaa, sina namna bali kujikaza kiume. Wakati nageuka kuangalia mlangoni, Sista Margaret akapaza sauti,"Siku hizi naona uhasibu mnasoma kama riwaya, maana kwa kelele hizi ni hatari."

Niliishia kutabasamu tu. Wanafunzi wenye hekima walikuwa wameinamisha vichwa vyao chini. Wakati huo Sista Margaret alikuwa ameondoka, na kwa aibu ile, ilinibidi niondoke kabla ya kipindi kuisha.

Sura ya 3

"Hivi mwalimu Richard umeoa? Hahaaaa. Hapana, kwani vipi? Mmh! Basi, utakuwa na demu? Hahaha. Hapana, kwa nini unaniuliza hivyo?"

Nikiwa ofisini nimekaa, mwalimu wa michezo alifika, "Habari ya kazi!"

"Njema sana, napambana." Huku akiwa anataka kuondoka, nikamwambia,"Subiri kidogo kaka"

"Bila shaka ndugu"

"Aaah." Mara kabla sijasema kitu, simu yangu ya mkononi ikaita, nikaduwaa kidogo, nikamwambia mwalimu wa michezo "Nitakutafuta lakini si vibaya ukinikumbusha jina lako!"

"Aaah! Usijali mwalimu, naitwa Sering'ombe."

Nilitabasamu, "Sawa."

Nikaipokea simu, "Haloo!"

"Kwa hiyo siku hizi umepata kazi, umenisahau kabisa, hata meseji hutumi, au unaogopa nitakuomba hela? Au umepata wengine huko? Bora uniambie tu kuliko kufanya mambo yako kimyakimya halafu nijikute sina changu!"

Nilikata simu nikaelekea nyuma ya ofisi; nikakaa kwenye jiwe. Nilivimba kwa hasira nusra nipasuke. Sikujua la kuacha wala la kufanya. Nikawaza, "Huyu mwanamke vipi? Hivi anajielewa kweli? Yaani kazini tabu, mpenzi ambaye naye nilitaraji angekuwa na kauli nzuri walau anifariji, ananibomoa zaidi."

Kwa kweli hii siku ilikuwa mbaya sana kwangu. Nilijikakamua nikajisogeza ofisini. Ilikuwa ni wakati wa chakula cha mchana tayari. Nilipakua kidogo, nikaonja na harakaharaka nikala ili nielekee chumbani kwangu.

Nikiwa napita karibu na madarasa ambayo bado hayatumiki kwa sababu ni majengo mapya, nikamuona mtu amesimama, amenigeuzia mgongo. Nilimfahamu hivyo nikamuita. "Diana, kulikoni uko hapa?"

"Nilikuwa nakusubiri wewe ni." Nikamkatiza asiongee, "Najua unataka kunipa pole juu ya kile kilichotokea darasani. Na labda nikutoe wasiwasi tu kwamba, mimi niko sawa wala usijali!"

Nikamwona Diana amebadilika, akasema kwa upole, "Nimekuja kukupa hii barua, isome, najua utaelewa." Nilihisi kuishiwa nguvu huku nikiwaza nisiichukue.

"Sawa nitaisoma. Diana jaribu kuwa mchangamfu, matatizo ni sehemu ya maisha, mimi yananipata kila saa lakini niko sawa, dawa yake ni kutabasamu tu, umenielewa?"

Diana, naye akaitikia kwa sauti ya upole iliyochanganyika na aibu, "Nimekuelewa.."

Nilipofika chumbani kwangu, sikusubiri. Nilifungulia muziki wa bolingo, nikavua viatu na kujitupa kitandani. Nilisinzia. Nikaja kutahamaki saa mbili na nusu usiku; saa ya sala za jioni tayari imeshapita, muda wa chakula umepita. Nikawaza, "Muda huu ni wa kusimamia *prep*, siendi kujiongezea shinikizo la damu."

Nikachukua simu yangu. Maskini wa Mungu nilichokikuta, nikajisemea,

"Mmh. Kwa kweli wanawake mtanimaliza mwaka huu." Rose msichana ambaye Mama yangu anampigia chapuo nimuoe, alikuwa amenipigia simu kama mara hamsini hivi! Nikawaza,

"Huyu nikimuacha sasa hivi, kesho atanisumbua."

Nikampigia simu. Akaipokea haraka sana,

"Rose naomba unisikilize; sitaki uongee chochote! Kwanza kabisa; naomba unisamehe kwa yote. Ni kweli nimekuwa mkimya kupindukia, si kwamba naogopa utaniomba hela ama nimepata wapenzi wengine! Nimekuwa kimya kwa sababu nilikuwa katika purukushani nyingi za kazi na kwa kweli sikuwa na muda kabisa hata wa kuwapigia mama na baba yangu. Sikuwa na muda wa kumpigia simu mtu yeyote. Kazi yangu ilikuwa ni kuandaa andalio la somo, kitabu cha mpango kazi, nukuu za kufundishia na majukumu mengine ikiwamo kuhamisha vitu vyangu kupeleka kwenye makazi mapya. Natumai utanielewa mpenzi wangu. Kama baba na mama hawajaniacha kwa sababu sijawapigia simu ama kuwatumia pesa, Kwa nini wewe ufanye hivyo? Hata mimi nimekukumbuka sana, natamani uje walau nikuone; uchezee kidevu changu. cheka basi!" "Hahaaaa.!"

Rose alifurahi.

"Sema unatakiwa uache ujinga wako, nitakuacha kweli maana huku wapo wanawake wengi tu tena warembo zaidi yako. Wewe badala ya kunipoza kwa maneno ya kubembeleza unaanza kunibwatukia; shauri zako!" Nilizungumza kwa utani, alicheka.

"Baba nisamehe, najua huwezi kufanya hivyo; nakufahamu. Nakupenda sana Richard. Naomba kama unanipenda kweli, niandalie nauli nije Dar es Salaam." alisema Rose, huku akinibusu kwa simu.

"Hahaha! Hapo sawa umenena mwenyewe nataka uje. Lakini huku kuna samaki bahari hamna sato ni mwendo wa vibua na perege tu!"

Tulicheka sana, huku tukitakiana usiku mwema. Kwa vile nilikuwa nimechoka sana, nililala bila kuoga nikiwa angalau nina amani kichuguu kimoja nimekisawazisha, bado wale watoto.

Bwenini baada ya maandalizi ya masomo ya wanafunzi usiku kuisha, kikundi cha watu saba kiliendelea na kikao. Paula alimchapa kofi Jackie; Jackie akamchapa Josephina; Josephina naye akamchapa Monika; naye akamchapa Annie; Annie naye akamchapa mtu ambaye sikumuona vizuri; mtu wa saba akawachapa wote vibao; kikao kikawa kimefunguliwa.

Mwenyekiti, huku akiwakazia macho "Mpango wangu uko vizuri, msiwe na wasiwasi juu yangu! Monika, itakubidi ukaze zaidi; tafuta namna uhakikishe kazi inakamilika."

Paula alisimama, "Jamani mimi nafsi yangu inaniuma kwa nini tumfanyie hivyo mwalimu?"

"Wewe mtoto sikupendi; nakuchukia kinyama. Unaanzaje kumhurumia mtoto wa kiume kama huyo? Ah! Mangapi wanatufanyia sisi na hatuwafanyi kitu? Huyu lazima tumfanyie kitu ambacho kitawafanya wafikiri mwalimu Paul hakuwa na makosa; walimfukuza tu kwa kumuonea!" Josephina alisema.

"Lo! Bibi umefika huko tena? Sasa mambo ya Sir. Po yametoka wapi? Tunajua alikuwa mpenzi wako lakini haina maana tumlipie kisasi mtu asiyehusika!" Paula alimjibu kwa hasira.

"Naombeni mnisikilize, tena kwa makini!" mwenyekiti wao alisema, "Sisi ni akina nani?"

"Buibui, tunanasa kila tunachokitaka" waliitikia wote.

"Ni sawa, nimewasikia! sisi ni buibui. Mmh! Lakini kwa sasa jina hilo halitufai tena!"

Wote wakashtuka wakimwangalia Mwenyekiti wao kwa mshangao.

Annie akaropoka, "Kwa kweli siku zote zingekuwa hivi ningenenepa!"

"Mpango wetu kwa sasa ni Rich! kumpata mtoto wa kiume anayejiita Richard; hivyo ili kuendana na kasi hiyo, napendekeza tujiite *Rich Girls*." Mwenyekiti wao alisema.

"*Woooooyoooo woyooooo*!" Wakapiga kelele.

Mwenyekiti akawanyamazisha, "*Shiiiii*!" Kimya kidogo kikatawala.

Lucy akasema, "Siyo tujiite Sering'ombe girls?"

"Haaaahaaaaa" Wakacheka sana. Mara tena Paula akawashtua tena, "*Shiiii*.! Sista Margaret huyooo!"

Wote kimya. Hakutokea. Mara kiongozi wa bweni akawafuata.

"Najua mna furaha sana kukaa pamoja kama marafiki; lakini ipo siku mtajuta sana huku mkiwa si marafiki. Ninyi ni wasichana, na wengine wote waliolala ni wasichana ila mnajiona ninyi mna haki ya kufanya mnavyojisikia. Sasa basi, nawaamuru mtawanyike"

Kimya kifupi kilipita huku wakimwangalia kwa dharau, kama vile walitamani kummeza. Wakiwa pale, Sista Margaret aliingia bwenini. Cha kushangaza ilikuwa kama kikao kilifanyika kwa muda wa saa saba zilizopita. Hakuwepo hata mmoja bali kiongozi wa bweni tu. Nikagutuka kutoka usingizini. Kumbe ilikuwa ndoto! Nikampigia simu Pius! Simu ikaita bila kupokelewa. Nikahisi inawezekana bado amelala; nikampigia tena. Mara akapokea.

"Kaka vipi? kulikoni huko mbona usiku huu?"

"Kaka mambo yanazidi ujue sasa mpaka nawaota hawa watoto!"

"Unawaota kivipi?" Pius aliniuliza.

"Nimewaota wako kwenye kikundi cha watu kama si sita basi ni saba, wako bwenini wanapanga mbinu za kuniharibia kazi endapo nitawakataa!"

"Duh! Pole sana kaka" Pius alisema. Nikaendelea kumwambia, "Ninapata tabu za kila aina, tangu niwakamate wakipenyezeana kikaratasi kile nilichokutumia, hawaishi kuniandama hawa watoto; naona wanataka nifukuzwe kazi!"

"Kaka ya kweli hayo?" Pius alionesha wasiwasi, nikamhakikishia, "Ni kweli kabisa, na wapo wengi sana"

"Pole sana kaka, jitahidi kuwa mstahamilivu, utashinda majaribu" Pius alinitia moyo, kisha."Mengineyo vipi?"

"Shemeji yako Rose naye ujinga wake bado upo, juzi amenibwatukia eti nimemwacha, mara nimepata wapenzi wengine. Maneno kibao."

"Hebu njoo kwangu jumamosi tuongee zaidi"

Mazungumzo yetu yalimalizika tukalala.

Asubuhi hii niliamka mapema sana. Nikajiandaa kwenda kwenye masifu ya asubuhi. Nikiwa kanisani, sijui ni bahati nzuri au mbaya, ghafla nilikutanisha macho na Diana, ambaye wakati wote alionekana hana furaha; akainamisha kichwa chini. Nikiwa bado namuangalia, machozi yalikuwa yananilenga na yeye pia alikuwa anatokwa machozi.

Nikaikumbuka ile barua; nikajilaumu. "Mbona sikukumbuka mapema!"

Tuliendelea na sala. Baada ya sala, kwa haraka nikakimbilia chumbani kwangu. Nikafika na kuiangalia barua, sikuiona. Huku na huko, hakuna! Nikaangalia kwenye nguo nilizokuwa nimevaa jana, hakuna!

"Mh! iko wapi sasa?"

Nikaangalia kwenye kabati, droo ya kitanda, uvunguni, mezani kwenye vitabu, kote hakuna. Nikashusha pumzi nzito.

"Basi, wacha niende ofisini." Nilijisemea huku nikitoka nje.

"Nitafanyaje sasa? Nikamwombe Diana aniandikie nyingine? Naanzaje sasa?"

Niliwaza na kujiuliza maswali mengi bila majibu! Sikujali sana.

Wakati huo sikuwa na kipindi darasani. Nilichukua kiti, nikawa najipumzisha chini ya mti wa walimu, sehemu ambayo tulikuwa tunapenda sana kujipumzisha. Mti huo ulipewa jina la chama kikuu cha upinzani. Nikiwa pale Paula alikuja mbio, nikawaza, "Huyu mwanaharamu tena anataka nini asubuhi hii?"

Aliponisogelea alinipa heshima kwa kunisalimu. Nikamuitikia pasipo kurejelea ya nyuma; nikiwa natabasamu, naye vivo hivyo, akaenda zake ofisini. Wakati anarudi akaniuliza, "Leo huna kipindi ukaamua kujianika juani?"

"*Yeah*, mambo ya vitamini D!"

"Hahaaaa!"

Tulicheka sote; akakaa kimya.

"Sema mwalimu naomba umsamehe Monika alikuwa tu anaandika. alikuwa anachora kwa penseli." Akakohoa kwa mbwembwe, Aliongea kwa mikogo na hivi amejaaliwa uzuri, basi alionekana mrembo sana.

"Hayo nimeshayasahau yamepitwa na wakati; nenda darasani!"

"Asante Sir. Rich. Eti samahani, nataka nikuulize jambo moja" nikamtazama usoni, kisha.

"Endelea nakusikiliza!" Akawa anajing'atang'ata.

"Mmh! Eti.. Mmh!"

"Niambie." Akajikakamua, na kuniuliza, "Hivi mwalimu Richard umeoa?"

Nilicheka. nikamtazama tena usoni kwa jicho la mnato.

"Hapana, kwani vipi?"

"Mmmh! Basi utakuwa na *demu*?" huku akinikonyeza.

Nilicheka tena, kisha nikamjibu, "Hapana! kwa nini unaniuliza hivyo?"

"Aaah nilitaka tu nijue maana si rahisi kwa umri wako huo kuwa hujaoa ama huna mpenzi!" "Haya; nenda darasani"

"Sawa Sir. Rich. *By the way* umependeza sana ila nimependa zaidi huyo mdudu uliyemuweka kwenye mfuko wa shati!" Nikacheka; "Hahahahaaa! Nenda zako.."

"Kuna nini?" Nikajiuliza. Nikaangalia, nilitamani kuruka kwa furaha. Binti aliona noti ya shilingi elfu kumi na mimi kilichonistaajabisha na kunifurahisha ni kipande cha karatasi ambacho ndiyo barua ya Diana. Nilishusha pumzi. Nilikuwa na shauku ya kuisoma nipate kujua Diana mwanafunzi wangu asiye na makuu kaniandikia nini.

Ilikuwa ni muda wa chai tayari, sikuungana na walimu wenzangu. Nikaelekea moja kwa moja nyumbani kwangu ili nipate wasaa wa kuisoma ile barua. Nikajifungia ndani; nikaifungua barua;

Shikamo Mwalimu Richard.

Najua umeshtuka sana kwa barua hii. Lakini naomba kwanza unisamehe kwa hili, pia wasamehe wanadarasa kwa wanayokufanyia, hawajui walitendalo, Mwenyezi Mungu atakusimamia.

Dhumuni la barua hii, ni kutaka kukuelezea ukweli halisi kuwa mimi ni nani.

Majina yangu unayafahamu vyema; Diana Ramadhan Hillary. Najua majina haya bila shaka yanachanganya; Hillary ni Mkristu na Ramadhani ni Mwislamu! Mimi ni mtoto yatima; Wazazi wangu, Ramadhani Kabila na Mwashamba Bakari, walifariki nikiwa mtoto mdogo sana, na ndipo nikachukuliwa na baba mdogo aitwaye Hilary Mziray. Alinilea kama mwanaye kwa maadili ya kikristu na muda wa kwenda shule ulipowadia, alinibadili jina kutoḳa Tausi na sasa naitwa Diana ili tu nisomeshwe na Masista wa Bikira Maria Mama wa Huruma. Nimesoma hapa tangu elimu ya awali. Kusema kweli, naipenda sana dini ya baba yangu lakini nitafayaje; hayupo nami.

Nisamehe sana, najua nitakupa wakati mgumu sana kwa kukushirikisha huzuni yangu. Siku ile nilijisikia tu kulia ndio maana nikashindwa kukuelezea. Naumia sana; nanyanyasika sana hapa kwa kuwa yatima tena maskini, niko peke yangu.

Wakati mwingine nakosa mahitaji ya msingi kama msichana, sina wa kumwambia. Wanafunzi wenzangu wananizodoa na kunicheka. Nikimwendea Sista Margaret ananiambia nijifunze kuishi maisha ya ufukara siyo lazima nipate kila kitu katika maisha. Sawa sikatai sina wazazi, hata nguo za kubadilisha sina kila siku nafua.

Naumia sana; nalia sana.

Nakuomba tu usihusike na maisha yangu.

Wako mtiifu,

Diana Hillary.

Machozi yalikuwa yakinibubujika, sikujua kama nilikuwa nimelia kiasi hicho, barua ilikuwa imeloa machozi. Nilitetemeka sana. Nikajisemea; "Kwa nini Mungu maisha ni magumu hivi?"

Mara ghafla mlango ukagongwa. Nilisikilizia kidogo nikiwa nimeduwaa kisha nilijifuta machozi. Nikajiweka sawa na kuufungua mlango taratibu. Nilijihisi kudondoka kabisa, alikuwa ni Sista Margaret. Nikapigwa na butwaa.

"Mapendo"

"Daima." akaitikia.

"Nikusaidie nini madamu?" Akatabasamu kama kawaida, kila sehemu ya paji lake la uso ilivutia, "Umeanza mambo yako" Nikacheka.

"Wakati fulani inabidi tuwape na ya kwetu pia, siyo siku zote tunawaza utume tu!" Alicheka sana lakini kicheko chake hakikufika mwisho. Akauliza,"Naweza kuingia?"

"Bila shaka" Akiwa amenitangulia, akaangazaangaza macho yake, akaona picha yangu ukutani nikiwa nahitimu Chuo Kikuu; aliiangalia sana. Nami nikasimama nyuma yake, sote tukawa tunaitazama picha, akasema "Siku zote za maisha yangu sikuwahi kuwaza maisha ya kidunia kama kipindi hiki ambacho wewe umekuwa hapa." Nikatabasamu, akaendelea kusema, "Kwa kweli wewe ni tofauti sana!"

"Kwa nini na kwa lipi Sista Margaret?" Aligeuka, akanikazia macho kidogo tukiwa tumesogeleana kabisa karibu tugusane. Akatabasamu huku akinipiga kofi kidogo shavuni, akaniuliza, "Unajua kwa nini wakati wa kipaimara Askofu huwa anawapiga kofi kidogo wale wanaopewa daraja hilo takatifu?" kidogo nidondoke! Ile barua ya Diana ilikuwa kitandani. Harakaharaka niliikalia, kisha nikamuuliza Sista Margaret, "Kwa nini umeniuliza kuhusu kofi jepesi la uimarisho? Na kwa nini kipindi hiki unawaza maisha ya kidunia?" Akasimama na kunisogelea huku akisema "Pokea mhuri wa roho mtakatifu *(huku akinichora ishara ya msalaba katika paji la uso na kunipiga kofi j pesi)*" Kisha akaondoka.

"La! Mungu wangu." Niliwaza sana. Niliduwaa bila majibu.

Sura ya 4

"Hata hivyo, mimi ni bikira! Nitaitunza kama zawadi kwako."

Ilikuwa majira ya mchana, wakati wa jua kali; wanafunzi wakiwa wanakula chakula bwaloni. Monika kwa kunung'unika akamwambia Paula, "Nimechoka maisha haya na sisi tunakuwa kama watawa, ni kama tumefungwa"

"Kweli, hata chakula ni kile kile tu yaani kinaboa. Ukitoka hapa sala na kanisa, baadaye vitabu yaani shule hii imejaa mambo ya ajabu tu, siipendi tena. Hata hivyo likizo mwezi ujao tu, nitaenda kwetu, nitakutana na mchuchu." Paula alijibu na akaendelea kujisemea kwa sauti ya juu akiwa anakibusu kikombe chake cha maji, "Sawa bebi, nitakuja mwezi ujao, nimekukumbuka sana."

Walicheka sana na kugonga tano.

Wakati wanaongea hawakuniona. Nilikuwa nimesimama dirishani karibu kabisa na meza yao. Nikaanza kuondoka huku nikitafakari maneno yao, nikapokea simu toka kwa Pius.

"Unajua kwangu hali ni ngumu kaka, yaani natamani kukimbia kambi, si watoto tu hadi Sista Margaret ananiweka katika mazingira magumu. Simuelewi kabisa!"

"Hahaaaaaa. Huwa nakupendea kitu kimoja tu Richard! Wewe ni mtu mwenye bahati sana, huwa nakwambia siku zote. Utakuwa na maisha mazuri sana ila tu usikosee. Unajua kwa nini watoto wa kike hawakuachi? Kwa nini kila mwanamke anakutaka wewe?" Aliniuliza Pius.

"Mmmh!. Sijui ndugu yangu"

"Sababu ni moja tu; una akili sana. Siku zote mwanamke huangalia mwanaume mwenye akili. Unatambua kwamba mwanamke ametokana na ubavu wa mwanaume. Daima atabaki kuwa tegemezi na hiyo ndiyo asili." Alisema Pius.

"Kimsingi nakuelewa Pius lakini si kwa mtawa, si kwa mke wa mtu, si kwa wanafunzi. Naona mambo yananizidia!"

"Ni lazima yakuzidie; tumia akili, hata biblia inasema; kaeni nao kwa akili, najua unauelewa mstari huu!"

"Asante sana Pius. Wewe ni rafiki bora, unanifanyia wepesi katika mambo yangu, ila kama Sista naye ananitaka, basi itakuwa ni kisanga!"

"Inawezekana, maana naye ni binadamu, ila siamini, jaribu tu kuwa makini."

"Sawa Pius" Akakata simu.

Wakati naelekea ofisini; nikamwona Diana pamoja na Josephina. Nikawauliza, "Msosi ulikuwaje?"

"Hovyo tu mwalimu, wewe si uko zako mbio kwenda kula pilau!" Josephina akajibu. Nikatabasamu huku nikimwangalia Diana; hakuwa sawa usoni lakini sikujali sana.

"Diana baadaye uje ofisini!" Akaitikia kwa kutikisa kichwa ishara ya kukubali.

Baada ya chakula, nilikaa ofisini nikimsubiri Diana. Simu yangu ikaita.

"Haloo! Hujambo baba! Nimekukumbuka sana mwanangu." Nilitabasamu nilipoisikia sauti ya mama yangu.

"Mama karibia tunafunga shule, nitakuja. Bila shaka wajomba zangu hawajambo?"

"Ni wazima tu japo homa na mafua ya hapa na pale."

"Ni kweli, maana huko wakati wa kiangazi upepo mkali vumbi jingi, pia shida ya maji hapo kijijini kwa sasa najua ni kubwa. Hivi mnapata wapi maji?"

"Mto umewahi kukauka mwaka huu. Kwa sasa tunafuata kwa baiskeli kwa Maliyatabu." Mama alisema kwa unyonge mkubwa.

"Poleni sana! Nipo ofisini naelekeza wanafunzi."

"Mnafundisha hadi jioni?" Mama aliniuliza

"Hapana, leo ratiba yetu ni mwalimu wa somo kuzungumza na wanafunzi ili kubaini matatizo yao katika somo."

"Sawa baba endelea na kazi. Baadaye jioni nipigie uongee na wajomba zako!"

"Nitafanya hivyo, asante sana mama."

Nilikuwa dirishani wakati naongea na mama. Nilihisi kuna mtu nyuma yangu. Baada ya kukata simu nikageuka, nikidhani alikuwa ni Diana; kumbe ni Paula. Nikashangaa.

"Hujambo Paula."

"Sijambo, shikamoo." Huku akiigizia kupiga goti. Nikamwambia, "Hiyo nidhamu wanaweza wanawake wa kisukuma tu huko kijijini!"

Paula alicheka sana. Kwa kweli huwa najisikia vizuri kuongea na Paula japo naye ni mmoja kati ya wale saba.

Kwa nini aje Paula, wakati nilitarajia Diana atakuwa wa kwanza, au Josephina atakuwa kamwambia? Ahaa! Itakuwa Josephina kamwambia ili amharibie Diana.

"Mbona umekuwa kimya Sir. Rich?" Paula akaniuliza, nikagutuka,

"Aaah, hapana kuna kitu nakifikiria!"

"Kipi hicho?" Aliniuliza kwa upole

"Kuna sehemu nahitajika."

"Kabla hujaenda naomba japo dakika moja tu unisikilize." Kwa haraka nikamjibu, "Endelea nakusikiliza."

Akiwa mwenye aibu usoni akasema, "Mwalimu Richard najua huna mpenzi. Naomba nichukue nafasi hiyo!"

Nilijihisi kama nimepigwa radi mwili mzima. Kijasho chembamba kikanitoka. Akaendelea kuongea,

"Najua mwalimu wewe ni mwanaume kamili na mimi kwa sasa ni msichana kamili licha ya kuwa ni mwanafunzi. Nahitaji kuwa na wewe. Nahitaji na mimi kukidhi haja za mwili wangu!" Sikutaka kuzipa hisia nafasi, "Ishia hapo Paula! wewe ni mwanafunzi na mimi ni mwalimu hatuwezi kuwa wapenzi."

Nikiwa nimehamaki, nikaanza kuondoka "Hapana mwalimu usiondoke" Paula alisema kwa sauti ya kubembeleza. Kisha akanishika mkono, nikamtoa, nikawaza:

"Watu wakituona au Sista Margaret akitukuta hivi atajua moja kwa moja kinachoendelea." Nikakaa kwenye kiti changu ili aonekane kama amekuja kuuliza maswali. Akaendelea kusema, "Mwalimu Richard, hujui tu kiasi gani ninavyokupenda. Mambo mengi yanapangwa juu yako na wale wasichana sita, nakutetea. Mbaya zaidi kwa sasa wanajiita *Rich Girls* lengo ni kukukomoa ili ufukuzwe kazi."

"Sijali Paula; nakushukuru kwa msaada wako, ila kuwa wapenzi sitaki, kwa kheri."

Kabla sijapiga hatua kuondoka akasema, "Mimi si kama unavyodhani. Usifikirie nimekubuhu kwa sababu nimekuanza. Hata hivyo mimi ni bikira. Niko tayari kuvumilia mpaka nifike chuo. Nitaitunza kama zawadi kwako! Nitafunga ndoa na wewe na nitakuwa mke mwema wa ujana wako."

Nilimwangalia; nikaona bora niepushe shari "Haya nimekuelewa, nitafikiria, nitakupa jibu."

Akatabasamu, kisha akasema, "Asante sana Sir. Rich, umeufanya moyo wangu kuwa mwepesi."

Aliondoka akiwa mwenye furaha ajabu, lakini sikuwa na hamu tena hata ya kumngoja Diana. Nilienda moja kwa moja hadi kwa Sering'ombe, mwalimu wa michezo. Nilibisha hodi, baada ya muda kidogo mlango ukafunguliwa.

"Waoooh! Shemeji karibu sana, jamani siku nyingi zimepita bila hata kuja kutuona!" Alisema mke wa Sering'ombe.

"Ni majukumu tu shemeji yangu! Vipi mwenza wako nimemkuta?"

"Hapana hayupo!" Alinijibu Mke wa Sering'ombe kwa uchangamfu.

"Basi naomba niondoke maana kuna kazi ilitakiwa tuifanye pamoja. Tunaandaa mitihani ya wanafunzi." Nilimdanganya.

"Kumbe naye siku hizi ni mwalimu wa uhasibu? Si useme tu kwamba hutaki kukaa. Ila shemeji, subiri kidogo huko jikoni, kuna kitu kizuri naandaa."

"Aaah siyo uhasibu ni mikakati ya mitihani, na pia usijali shemeji, nimeshakula, niruhusu tu niondoke." Alikaa kimya kama hajanisikia, nikarudia tena, "Shemeji nitarudi baadaye."

"Mmmh! sawa, lakini shemeji na wewe siyo kuja kwako hapa ni kwa ajili ya rafiki yako tu, siku nyingine uje kwa ajili yetu pia!" Alisema shemeji huku akiwa mwenye tabasamu kubwa. Nilitoka pale nikiwaza, "Hivi mimi niko sawa kweli? Mbona kila mwanamke anaashiria kunitaka? Watoto wa shule Rich! Masista kanisani Rich! Wake za watu Rich!. Mhhh! Mungu weee, umeniumbia nini kwenye mwili wangu? Si bora ningekuwa tu bidhaa watu wanunue nitajirike. Sasa hii nini? Napendwa lakini na umaskini upo kwenye shingo yangu kama taji. Mama yangu! Baba yangu! maskini ninyi, mlinizaa kwa mtindo upi? Maana sielewi!"

Nilibaki naongea peke yangu.

Mara simu yangu iliita. Nahisi sikuisikia, nimepigiwa mara nyingi sana na Pius. Nikampigia, "Kaka, nitachanganyikiwa mwaka huu.!"

"Kulikoni tena?"

"Yale yale Pius. Nikifa leo utawasimulia chanzo cha kifo changu!"

"Haaa! Imekuwa hivyo kaka? Kesho nitakuja huko." Pius alisema; nikamwambia, "Huku usije naomba. Nitakuja mimi ili nibadili hata hali ya hewa."

Usiku ulipoingia nilikuwa sisimamii wanafunzi. Nilikaa mezani, nikachukua kitabu nisome.Wakati huo mapigo ya moyo yakaongezeka ghafla, nikawaza; "Nini tena?"

Nikachungulia nje, palikuwa kimya sana. Nikakaa kidogo, mapigo ya moyo hayakutulia, ni kama yanaongezeka. Nikatoka nje taratibu, nikawa naelekea madarasani kwa wanafunzi. Mara nikawa kama nimeambiwa nitazame upande wa magharibi mwa shule. Kweli niliitii sauti ile moyoni mwangu, kuangalia, nikaona wanafunzi kama watatu japo inawezekana walikuwa wengi wanaishilia mafichoni. Nilisogea eneo hilo kwa kunyatia ili nijue nini kinaendelea. Niliona jopo la watu sita wamesimama na mmoja yupo katikati amekaa. Nilipoangalia vizuri, nikajua walikuwa ni buibui ama Rich Girls. Nikawaza, "Wanafanya nini nje wakati ni muda wa *prep?* Na huwa nawafahamu wale sita, leo pengine nitamfahamu mtu wa saba."

Nilisogea zaidi kwa kujificha ili nisikie wanaongea nini. Walianza kumzongazonga na kumpiga binti aliyekuwa amekaa chini. Nikagundua kuwa binti huyo ni Lucy, ambaye ni kiongozi wa bweni.

"Wewe malaya, unadhani sisi ni wapumbavu?" Monika alibwatuka.

"Hapana" Lucy alijibu, Josephina na Annie wakimpiga vibanzi.

"Sasa wewe kijeba sikia. Hutulipii ada, hatukufahamu wala hutufahamu. Huo mchezo wako wa kutufuatilia ukome. Iwe mwanzo na mwisho. Sisi ni buibui au Rich Girls, wake zake mwalimu Richard; ukipenda nenda kamwambie! Wewe si mama cha umbea?" Jackie naye alisema huku akimfinya. Nilishtuka sana kusikia wale watoto wanajiita wake zangu.

"Jamani imetosha. Haya mama bweni nenda! Si unadhani bweni utazikwa nalo? Haya hebu kimbia." Paula alisema huku akimsukumia kwa mguu. Niliishiwa nguvu, nikakosa cha kufanya.

"Hawa watoto kumbe wanaweza kufanya mchezo mchafu ndani ya shule? Halafu mbona tukio la leo linataka kufanana na ndoto yangu? Inawezekana watamteka hata Diana pia! Itabidi nifanye kitu." Niliwaza.

Nilirudi nikakaa kitandani nikiwaza nifanye nini. Ili kuondoa shari kwa Rose; nilichukua simu yangu nikaandika ujumbe, "Usiku mwema mama watoto wangu. Leo nimechoka sana, ningekupigia. Nakupenda ua langu!" Nikajilaza kidogo, wazo likaja kuwa sijakutana na Diana tangu anipe barua na kwa sasa mazingira ya kukutana naye ni magumu. Nikaona nimwandikie barua. Nikakaa sawia mezani; kalamu na karatasi vikawepo. Nikaanza kuandika.

Mpendwa Diana!

Awali ya yote, napenda kukupa pole, najua kwamba hali uliyonayo ni ngumu.

Natumai u mzima wa afya; nami namshukuru Mwenyezi Mungu kwa kuendelea kunipa uhai.

Diana; wewe ni mwanafunzi wangu lakini kwa sasa ni zaidi ya hivyo, maana kwa matatizo yako na utu wako vimenivuta karibu hata nikaona kuwa matatizo yako ni kama yangu.

Najua huna wazazi, lakini uwapo karibu na mtu mwenye kukujali na kukupa furaha ya maisha, ni zaidi ya utajiri wote duniani. Naitambua huzuni yako imetokana na mapenzi ya Mungu. Lakini pia ni kwa mapenzi ya Mungu, mimi na wewe tumekutana.

Nataka nikwambie kwamba, wewe huna wazazi na mimi ni maskini, japo nina wazazi! Kwa hali hiyo siioni tofauti kati yangu na wewe Diana. Naahidi nitakuwa karibu yako, nitakufariji.

Mwisho, jaribu kuwa makini sana na wanafunzi wenzio wenye genge la uhalifu. Ninahofia huenda watakusumbua zaidi.

Sina mengi zaidi, nakupenda sana mdogo wangu.

Wako, Richard Kazungu.

Nikaiangalia nikiwa na matumaini kuwa itakubaliwa na Diana; kwangu mimi nilitamani abadili msimamo wake mgumu,

"Kwa barua hii, atabadilika tu." Nilijisemea kisha nikalala kwa amani.

Sura ya 5

"Kwa sasa kumpata binti mwenye bikira katika shule za sekondari, ni adimu kama kumbukumbu za nguli wa ushairi na Kiswahili duniani, Hayati Sheikh Shaaban Robert; mwandishi wa kitabu cha Kusadikika."

Asubuhi na mapema nilifika kwa Pius. Nilimsalimu na kama kawaida yetu, tulitaniana kidogo.

"Ee! Bwana nashukuru umekuja kama ulivyoniahidi, Kwa namna hii, wewe ni mwanaume wa maneno yako." Alisema Pius huku akinipa kikombe cha chai.

"Nashukuru pia kwa kuwa karibu yangu maana kwa hatua hii mambo yalipofikia, ningeweza kuchukua uamuzi mbaya."

"Nakushukuru wewe hasa kwa kuwa tayari. Unajua bwana mtu mzima ni mzima tu siku zote, ingekuwa mtoto asingefanya kama wewe ulivyofanya. Umenieleza mikasa yote kutoka kwa wanafunzi, mama mtawa na mke wa mtu! Kwa kweli ungekuwa mtoto tayari tungekuwa tunaongelea mambo mengine." Akabugia karanga na kusogeza kikombe cha chai. Nilivutiwa sana na maneno ya Pius, alinibadilisha na kunifanya niwe na ujasiri wa hali ya juu sana. Nikajisemea moyoni,

"Nimepigana vita kali, bado sijafa ni ushindi kwangu."

"Kwa hali hii na mikasa ya watoto wa kike shuleni, utakubaliana nami kwamba kwa sasa kumpata binti mwenye bikira katika shule za sekondari, ni adimu kama kumbukumbu za nguli wa ushairi na Kiswahili duniani, Hayati Sheikh Shaaban Robert, mwandishi wa kitabu cha Kusadikika!" Pius alisema, nikadakia,

"Hahaha! Siyo Kusadikika tu na vingine vingi. Lakini ulichokisema ni kweli, watoto wa kike wanaathirika mapema sana na mambo ya makuzi na kujiingiza kwenye ngono mapema baada ya kuvunja ungo. Huwezi amini, sijui watoto wanajifunzia wapi? Sijui ni mitandao ya kijamii au malezi katika familia?"

"Kwa sasa malezi ni changamoto sana. Watoto siku hizi wanakimbilia mambo makubwa kama kunywa pombe, kuvuta sigara, kujihusisha na mapenzi, kumiliki simu na kuwa katika mitandao ya kijamii na mambo mengine."

"Ni kweli Pius, kwa sasa watoto wanajua mambo mengi sana mapema kutokana na utandawazi. Inabidi serikali iliangalie hili ikiwezekana simu nayo izuiliwe kutumika chini ya umri wa miaka kumi na minane. Ni aibu kubwa, mtoto badala ya kuwa makini na kile anachokifundisha mwalimu, anahangaika na kuangalia mwalimu amevaa nini! Mwalimu anaonekanaje! Mwalimu anamiliki nini! Na vitu vingine ikiwamo kuwatamani walimu wa kiume kimapenzi. Ila kaka kwenye msemo wako umetaja jambo japo mimi nimesoma uhasibu lakini limenigusa. Yuko wapi Shaaban Robert? Tofauti na machapisho ya kazi alizoziacha?" Niliuliza kwa hisia sana.

"Muhimu kwetu ni siasa siyo taaluma, nadhani umenielewa." Pius alitumia msemo mgumu kuukubali japo huo ndiyo ukweli. Akaendelea kuongea, "Tuachane na hayo; nataka twende Mwenge nikakukutanishe na shemeji yako, na yeye akikupaparikia basi nitasema una nyota ya fedha." Aliongea kwa utani japo kwangu ni ukweli. "Neema hawezi kunifanyia hivyo, ameshindwa wakati tuko chuoni leo tayari mmeshatangaza ndoa kanisani, kwanza nikupe hongera!" Tukacheka sana.

"Naomba nikazie maarifa, hakikisha unampa Diana ile barua uliyoiandika." "Sawa kaka Pius, kwa kweli umeibariki siku yangu." Tuliendelea kupiga soga huku tukielekea Mwenge kukutana na Neema.

Mapema sana asubuhi ya jumatatu, kipindi changu kilikuwa cha kwanza. Niliingia darasani, ni dhahiri kulikuwa na hali tofauti. Wanafunzi walikuwa kama vile wanataka kusikia chochote kutoka kwangu. Kabla sijasema neno, mwanafunzi mmoja ajulikanaye kama Yusta rafiki yake Lucy, kiongozi wa bweni aliyepigwa na buibui, alisimama akiwa amejawa na hasira kali huku akilia kilio cha kwikwi, "Mwalimu, inaniuma sana. Nalia kwa uchungu, kwa nini tunakosa amani? Kila kona wametawala wao. Hatulali bwenini, darasani vurugu, kila mahali wametanda wao. Inaniuma sana. Mbaya zaidi, wamempiga rafiki yangu, katika hili kama wewe mwalimu unawaogopa, au uongozi wa shule unawaogopa hawa Rich girls sijui buibui au vyovyote wanavyojiita, mimi nitawanyoosha, nitapambana nao na kama wao wana haki ya kuwa hapa na kufanya wanalolitaka basi mimi nitaondoka." Alisema Yusta huku akilia. Nilikosa amani; si kwa maneno tu ya Yusta, ni kwa ajili yangu na maisha ya Diana pia. Nikafikiria nifanye nini, nikapata wazo.

"Yusta, naitambua karaha mnayoipata kutokana na uwepo wa hao wanaojiita buibui. Si Lucy tu, wanamsumbua Diana na mimi wananitishia kila kukicha." Wakati huo Buibui walikuwa wanaangaliana na kukonyezana, vichwa vyao vikiwa chini.

"Sasa nataka niwaambie, hakuna mtu anayewaogopa, si mimi wala shule; endapo mtaendelea na tabia hii hakika mtafukuzwa shule. Tambueni kuwa, mimi hapa natafuta maisha, nina elimu yangu; sitajutia kukuharibieni. Na ambavyo hamtumii akili, hivi ninyi mna cha kunitishia? Hizo pesa zenu ambazo wazazi wenu wanawekeza ni upumbavu tu. Haiingii akilini, mzazi analipa ada milioni mbili na nusu kwa mwaka halafu mwanaye ni buibui! Ni upumbavu! Kama mnajivunia pesa, mimi najivunia umaskini wangu uliojaa amani, busara na hekima ya maisha. Mpo shuleni kama watalii, kazi yenu kujifunuafunua. Mnafikiri mimi sipendi au mnafikiri walimu wengine wa kiume hawapendi? Nataka mjue, mimi ni mwanaume kamili, nina hisia pia. Kwa hiyo jichungeni sana. Niwaambie, sitashindwa kumharibia mtu anayetaka kuharibikiwa. Sasa basi, naondoka, tutaonana kesho na endapo hali ya vurugu itaendelea, wakati wowote hao wanaojiita buibui watakuwa katika hatari ya kufukuzwa shule."

Niliondoka nikiwa nimejawa na hasira sana. Nilimpigia simu Pius.

"Kulikoni tena?"

"Nimeshindwa kufundisha, hali si shwari. Kwa kweli tegemea lolote kuanzia sasa!"

"Duh, pole sana." Pius alinipa pole. Akaendelea kusema, "Kaka hao watoto hawawezi kukung'oa hapo cha msingi tu kisiwepo kielelezo chochote kinachoashiria wewe unajihusisha nao kimapenzi."

"Unanijua vyema kaka. Mimi ni mwalimu niliyesomea ualimu, ninaijua miiko ya kazi yangu, naujua wajibu na nafasi yangu kwa hawa watoto. Siwezi kuingia katika mahusiano ya kimapenzi na mwanafunzi hata awe mzuri kama malaika. Haiwezi kutokea. Mara hii umeisahau nidhamu yangu katika kazi?"

"Nakuelewa Richard, sina shaka na wewe, ndiyo maana nikakwambia usiwe na wasiwasi."

Nilisimama wima kwa muda nikilitazama wingu la magharibi kunako uelekeo wa jua; nikamwambia Mungu, "Baba yangu, nitavipigana vita nitashinda, mapenzi yako tu yatimizwe; maana wewe walijua kusudi la kuniumba hivi na kunileta duniani, wewe unaujua mwanzo na mwisho wangu katika hii shule, wahurumie na uwajalie neema yako watoto hawa wapate kutambua thamani yao."

Nilishusha pumzi, nikatabasamu na kustaajabu. Kando yangu tayari alikuwepo Sista Margaret akitazama mawinguni kama vile alikuwa anafanya jambo lilelile nililokuwa nafanya mimi. Akiwa anayatazama mawingu, kwa sauti yake ya upole na ya chini sana alitamka, kama vile alikuwa kwenye mahaba mazito na kile alichokuwa anakisema "Wingu la magharibi. Mbingu ya watumainio. Nyota ya alfajiri. Ung'aapo, huwapa watu matumaini na imani kuu." Alinigeukia, akanitazama kwa jicho la upole, na tabasamu juu yake. Nikawaza, "Ama hakika Mungu ametuumba wanadamu tupendane ndipo tumpende yeye." Sikujua kutofautisha kati ya uso wa mpenzi na uso wa mtawa, Sista Margaret. Niliona majaribu yanaongezeka zaidi.

"Nakushukuru Sista Margaret kwa maneno yako mazuri na ningeomba nikuache nikaendelee na majukumu."

"Natambua una majukumu, tena ni muda wako wa kuwa darasani, lakini nashangaa kwa nini uko hapa!"

"Mh!"

Nilikosa cha kusema, nikaishia kuguna tu.

"Unaweza kuniambia kwa nini hauko darasani?"

"Madam! Nimeshafika darasani na nimefanya kile ambacho nilipaswa kufanya na pia nimewaachia kazi wanafunzi." Sista Margaret aliniangalia tena usoni, huku akinikazia sura.

"Asante kwa kunidanganya, siku ukikaa sawa utanieleza matatizo yako!" Aliondoka.

Kwa kweli kitendo hicho kilinifanya kwa mara ya kwanza nimuone Sista Margaret katika sura ya utawa halisia. Kwa hali hiyo nilifurahi bila kujali matatizo yanayoendelea. Nilienda moja kwa moja ofisini kwa Mkurugenzi, Padre Maziku. Alinikaribisha kwa uso wenye tabasamu, huku akinitania, "Hongera sana kwa kuingia ofisi hii bila kuitwa."

Tulicheka.

"Ofisi yako ni nzuri sana, Padre Maziku"

"Asante sana, ila usiseme sadaka za waumini. Naweza kukusaidia chochote?" Nikasita kwa muda, nikiwa mwenye tabasamu.

"Labda mambo ya imani tu baba Padre."

"Vipengele vipi?"

"Baba kuna siku niliwaza juu ya lile kofi jepesi wakati wa kipaimara huwa linamaanisha nini na msingi wake ni biblia au mapokeo ya kanisa? Nilikosa majibu, naomba unaisaidie!" Padre Maziku akanitazama usoni akiwa ameshusha miwani yake kama ananichungulia.

"Yameisha yaliyokuleta?"

Nikiwa na wasiwasi kwa nini ananiuliza hivyo, nikamjibu, "Yameisha."

"Niambie kama kuna jambo linakusumbua."

"Hakuna jingine baba Padre."

"Sawa, lakini kwako wewe msomi wa chuo kikuu hukupaswa kuuliza maswali mepesi kama haya! Ndiyo maana nikadhani kwamba kuna jambo kubwa limekutatiza." Akaendelea kusema, "Hakuna kitu ambacho kanisa linajivunia na kukifundisha kama urithi wake na hakina chimbuko kwenye bibilia. Mama kanisa, taratibu na misingi yake yote ina chimbuko lake kwenye biblia.

Kwanza kabisa, kitendo cha sakramenti ya uimarisho yaani kipaimara kinatokana na siku ya pentekoste, ikiwa na maana waamini wachanga wapate nguvu ya roho wa bwana, iwaimarishe, waishike imani mpaka kufa.

Yesu aliwaambia mitume baada ya ufufuko wake, tayari akiwa amebakiza saa chache kabla ya kupaa mbinguni, akisema;

"*Tutawaletea roho wa kweli ili awaimarishe katika imani; hamuwezi kustahimili hivi sasa mpaka mtakapompokea roho yule*"

Ndiyo maana wakati wa kipaimara askofu husema, pokea muhuri wa paji la roho mtakatifu huku akimpaka mafuta matakatifu ya Krisma kwa ishara ya msalaba kwenye paji la uso na kisha kumgusa kwa ishara ya kofi jepesi shavuni huku akisema, 'amani iwe nawe'.

"Asante sana Padre Maziku."

"Asante sana, Mungu akuimarishe katika mapito yako."

"Amina."

Akaendelea kusisitiza zaidi, "Kama kuna jambo niambie, usiogope."

"Hakuna jambo, wakati mwingine nikiwa na shida nitakuja."

Nilipotoka ofisini, nikaanza kujisemea, "Hivi kwa nini nimeshindwa kumweleza Padre kuhusu buibui? Siku ikigundulika kuwa wananisumbua si atadhani kwamba mimi ndiye ninayewasumbua? Hata hivyo yeye ni mwanaume mwenzangu naweza kumweleza kila kitu akaelewa kuliko hawa Masista! Haya bwana potelea mbali."

Muda wa chai ulipofika, nikaelekea chumbani kwangu. Nikafika na kujitupa kitandani na mawazo yalikuwa juu ya Sista Margaret, "Kwa nini alisema vile? Amekuwa mtu tofauti sana leo." Nikayakumbuka maneno ya Padre Maziku, nikajiuliza, "Inawezekana mambo yote anayonifanyia Sista Margaret ni kunitia moyo?" Niliendelea kuwaza na kujiuliza maswali mengi bila majibu.

"Nitafurahi endapo ataikumbuka ahadi na kiapo chake cha utawa; kumtumikia Mungu katika kweli na kuziacha njia za kibinadamu." Nilijisemea, japo sikuwa na uhakika hasa Sista Margaret ni mtu wa aina gani; maana anabadilikabadilika.

Siku tatu zilipita bila ya kuonana na Diana; nikajiuliza kwa nini amekaa kimya. Hofu yangu ilikuwa kubwa sana juu ya Diana.

Nilikuwa nazungukia sehemu ya madarasa, nikiwa sina wasiwasi kwani wanafunzi wote walikuwa kwenye kipindi cha dini wakisali. Kama kawaida, siku hii pia ilikuwa mbaya kwangu, uso kwa uso nilikutana na buibui.

"Tumekuwa tukiingoja hii siku kwa hamu mwisho imefika." Josephina alisema huku akihema juu juu.

"Wewe unajifanya mtakatifu, hivi lini katika maisha yako utakutana na mabinti warembo wenye sifa zote kama sisi? Kweli maskini ni maskini tu, anawazia kibarua na kuogopa kuchangamkia fursa. Mjinga sana wewe." Paula alidakia kisha akanisonya na kuangalia pembeni. Sikupata jibu sahihi la kuwajibu, nilikuwa kimya maana nisingeweza kujibizana na watu sita. "Wewe ni mtakatifu na sisi tunakubaliana na wewe lakini tumegundua kuwa wewe ni chui aliyejivika vazi la kondoo. Hivi ukitutazama sisi, kuna binti yeyote mzuri na mwenye pesa kutuzidi sisi hapa shuleni? Kwa nini unatulinganisha na hao vikaragosi wengine?" Paula alidakia. Nilimwangalia, hasira ilinishika. Nilitamani kumrukia, nikajizuia tu.

"Tunajua wewe una mwonekano mzuri, mtanashati lakini mshamba. Kijana lakini unajizeesha." Annie naye alisema. Wakacheka sana.

Jackie akanitazama kichwani mpaka miguuni. "Mimi sikutarajia kijana kama wewe kuwa mjinga kiasi hiki! Sasa tunataka tukuoneshe kazi. Hapa kati yetu ni nani unamlinganisha na Diana? Kwa nini unatembea na Diana?" Nilipigwa na butwaa.

"Unashangaa? Hii ni barua ambayo Diana alikuandikia." Nikajisemea moyoni, "Mama yangu."

"Na hii hapa ni barua uliyomwandikia Diana ukimtongoza na kumbembeleza akukubalie." Kichwa nilikiona kizito na nilihisi kama nimekuwa nguzo ya anga. Sikuwa na la kufanya.

Paula: "Eti ooh! Hamnitishi, mtafukuzwa shule, sasa wewe utaanza. Sasa chagua moja, tuzitumie hizi barua ufukuzwe kazi au leo usiku nije nilale na wewe chumbani kwako? Uamuzi ni wako. Unayo dakika moja kujibu." Machozi yalinitoka, niliinama chini; nikiwa kama nimepagawa.

Sura ya 6

"Unaongeleaje kuwepo kwako hapa kazini. Je, unahisi unastahili kuendelea kuwapo?"

Wakati nainua kichwa juu sikuwaona Buibui tena na badala yake alikuwapo mwalimu Sering'ombe na Sista Margaret. Cha kushangaza zaidi zile barua, tayari alikuwanazo Sista Margaret.

"Pole sana ndugu." Sering'ombe aliniambia, huku Sista Margaret akiondoka.

Sering'ombe alinichukua tukaelekea uwanjani. Wakati huo sijitambui kabisa, ilikuwa kila kitu kwangu ni sawa tu.

"Bila shaka utakuwa unaukumbuka ule mfano wa treni na mpanda treni?"

"Naukumbuka."

"Vizuri, lakini pamoja na kwamba hukuuelewa maana yake, leo utauelewa tu. Si unakumbuka nilikuuliza kama umewahi kupanda treni? Na ulisema umewahi, tena mara nyingi. Sasa katika maisha yako usisahau kuwa, "*behewa la mbele saa ya kwenda ndilo behewa la nyuma saa ya kurudi, na kwamba mabehewa yote ni sawa.*" Sasa basi, nataka unieleze tu kinagaubaga kwa nini unatembea na mke wangu? Umeona hao wanafunzi wamebanwa ukahamia kwa mke wangu?" Nilimwangalia kwa hasira, nilitamani kumpiga.

"Nenda kamuulize mkeo!" Niliondoka kwa hasira wakati huo ningegonga chochote mbele yangu.

Nilifika chumbani kwangu, nikajitupa kitandani nikawaza, "Hapa sina kazi tena." Nilimwomba Mungu; "Baba yangu unaijua vyema njia yangu; unaujua umuhimu wangu kwa familia; nikifukuzwa kazi iwe ni kwa mapenzi yako. Yote heri." nilijisemea huku nikichungulia nje. Nilimwona Sista Margaret akitembea kuelekea ofisi ya Mkuu wa shule akiwa na wanafunzi saba, buibui sita na Diana. Niliogopa sana na kujutia kitendo changu cha kumwandikia Diana barua.

"Afadhali ningemwita nikaongea naye ana kwa ana, maneno yangeenda na upepo lakini barua ni ushahidi tosha." Nilijisemea, na mara simu yangu ikaita, nikaiangalia, alikuwa mama yangu.

"Hujambo baba?"

"Sijambo mama, shikamoo!" Huku nikiigiza uchangamfu.

"Marahaba."

"Una tatizo lolote baba?"

"Hapana niko sawa tu mama!"

"Haya, mimi nilikuwa na wasiwasi tu maana mchumba wako katoka kunipigia simu anasema siku hizi humpigii." Nilicheka..

"Ni haki yako mama hata uwe na wasiwasi juu yangu maana nina mambo mengi ninatakiwa niyawaze. Mwanamke naye anataka nimuwaze yeye kila siku, hivi ikiwa hivyo tutajikomboa na huu umaskini?"

"Kweli baba, nitamwambia aache ujinga, akusubiri mpaka pale utakapokuwa tayari."

"Mama hata usijihangaishe maana nauona kabisa mwisho wetu, mimi nilikwambia huyo msichana hajasoma hanifai. Ona usumbufu na kero anazonipa!"

"Unataka kuniudhi Richard, nimeshakwambia usipomuoa Rose mimi nitakuwa siyo mama yako tena! Kwani Rose ana kasoro gani? Kisa hajasoma? Au kukupigia simu ni kosa? Ulishawahi kuona wapi msichana anayempenda mpenzi wake akaacha kumkumbuka? Ni haki yake! Sasa usiniudhi!" Mama alikuwa tayari kafika mwisho.

"Mama inatosha, nitafanya kama unavyotaka, na mimi nilichokuwa nataka afanye kazi asiishie tu kuchezea simu na kudhani kwamba muda wote mimi naweza kumpigia simu."

"Haya baba nitaongea naye." Mama alisema na kukata simu. Nilicheka mithili ya kichaa. "Haya ndiyo maisha yangu! Nachapwa kote kote kila dakika na kila saa, kila siku mimi ni matatizo."

Nilimpigia simu Pius, simu yake ilikuwa inaita tu bila kupokelewa. Mara ya tatu akapokea.

"Kaka mambo huku nimeshayakoroga, barua zote mbili anazo Sista Margaret na leo jioni alikuwa amewaita buibui na Diana akiwamo, jiandae kunipokea."

"Pole sana! Hilo halina shaka, lakini subiri uongozi wa shule wakuweke kiti-moto kwanza ndipo tujue nini kitafuata."

"Asante kaka." Alikata simu. Mawazo yakanijia tena,

"*Wewe ondoka kwa hasira tu. Kaa ukijua mke wa mtu ni sumu. Nitahakikisha hubaki kwenye hii shule.*" Yalikuwa maneno ya mwalimu Sering'ombe wakati nikiondoka uwanjani. Nilijipiga kifua nikayakumbuka maneno ya baba yangu Mzee Kazungu ambaye aliwahi kuniambia 'Huwezi kuwa mwalimu wa shida kama hujazipitia.' Nilipata ahueni kidogo na kujisemea, "Yote yatakwisha na Richard nitasimama tena." Sikujua nililala saa ngapi maana hata kwenye chakula cha usiku na kusimamia wanafunzi sikwenda.

Niliamka mapema asubuhi nikiwa na njaa kali. Nikachemsha maji ya chai, nikaingia bafuni kuoga na baada ya hapo, nikajiweka tayari kwa ajili ya chai. Nilikunywa chai na mkate, wazo likanijia.

"Hiki kitendo walichonifanyia hawa watoto mbona ni kama ile ndoto niliyoiota siku za nyuma! Nahisi Mungu ananionyesha jambo." Niliitazama saa ukutani, tayari ilikuwa ni saa ya masifu ya asubuhi, nikaenda kanisani. Watu wote waliokuwa wakijua kinachoendelea walikuwa na wasiwasi. Kwa kweli sikuuona uchangamfu wa Paula; Diana naye na vazi lake la huzuni; niliwaza sana kiasi kwamba nikajilaumu kwa nini nilienda kusali asubuhi.

Muda wa darasani ulifika, kila mmoja wetu alikuwa akitekeleza majukumu yake ya siku. Muda wa kipindi changu ulipofika, nikaelekea darasani. Kabla sijaingia nikiwa nyuma ya darasa, usawa wa tenki la maji, ghafla Paula na Josephina wakanivuta na kuniweka kwenye uchochoro wa madarasa mawili. Kwakuwa majengo yalijengwa kwa muundo wa msalaba, darasa la biashara lilikuwa linapakana na chumba cha kompyuta, huku darasa na maabara za sayansi zikifuatia. Hivyo mtu akijibanza kwenye uchochoro huo, hawezi kuonekana.

"Kwa hali ilivyo sasa ama zetu ama zako; cha msingi sisi hatuwezi kuondoka hapa shule na wewe ili upone, kubali kwamba ulipitiwa ukamtongoza Diana kwa bahati mbaya." Paula aliniambia na Josephina akadakia, "Kama hukubaliani, sisi tulianzishe hapahapa. Tutapiga kelele unatubaka." Kabla sijasema kitu, Sista Margaret alifika pale.

"Kulikoni?" Wakati anauliza, Paula na Josephina walikuwa na rundo la karatasi mikononi. Kidogo nicheke, nikaishia kujisemea moyoni tu, "Kwa kweli hawa watoto ni mafia."

Kuona vile Sista Margaret aliniambia saa nne kamili nifike ofisi ya Mkurugenzi. Niliogopa sana. Siku hiyo sikwenda darasani. Moja kwa moja nilienda chumbani kwangu, nikakusanya baadhi ya nguo. Nikiwa naendelea na zoezi hilo, nilipokea simu kutoka kwa baba. "Hizi siku mbili mama yako hayuko sawa, tulipompeleka hospitalini walibaini ana shinikizo la damu kwa sababu ya msongo wa mawazo." Niliishiwa nguvu, nikajua moja kwa moja mama yangu amekuwa nami tokea miezi tisa katika maungo yake na maisha yangu yote, anajua wazi kuwa mwanaye na tegemeo lake niko katika hali ngumu. Hapa niliamini usemi usemao damu nzito kuliko maji.

Mawazo yalinichukua mpaka kijijini kwetu; namuona mama yangu, wadogo zangu, baba yangu na zaidi niliuona umaskini wa nyumbani kwetu.

"Mimi ndiye mhimili wa familia lazima nisimame imara la sivyo nitampoteza mama yangu."

Ninajua matatizo ya mama mara nyingi chanzo chake nimekuwa mimi na mara ya mwisho wakati nagongwa na bodaboda chuoni mama yangu alilazwa, nifanyeje? Nikachukua simu, nikahamisha kiasi cha shilingi laki mbili, kisha nikapiga simu, baba akapokea.

"Naomba umpe mama simu niongee naye." Baba alijaribu lakini mama hakutaka, kwa mbali niliisikia sauti yake, "Rich wangu, baba yangu, naondoka haupo." Niliumia sana.

"Baba, mwambie mama kuwa Richard yuko salama na amemtumia Rose nauli wiki ijayo atakuja Dar es Salaam. Muoneshe ujumbe wa hamisho la pesa, nimekutumia kwenye simu, naamini atarudi katika hali yake ya kawaida." Baba alifanya vile.

Nilikata simu na tayari ilikuwa saa nne kasoro robo asubuhi. Nilijitazama kwenye kioo, nywele zangu zilikuwa zimevurugika hata uso wangu ulionesha huzuni na michirizi ya machozi. Nilivua shati langu na kunawa uso kwenye sinki kwa maji na sabuni huku nikijitazama kwenye kioo. Niliyaona mahangaiko yangu yote. Nilivaa vizuri na kusogea kwenye kioo tena, nikiwa najiweka sawa nywele na tai. Muda ulikuwa umeyoyoma takribani dakika tatu zimesalia. Simu yangu ikaita, nikaipokea, "Yote heri mwanangu, Mungu awe nawe."

Uso wangu ukajawa tabasamu. Hakika sauti ya mama ilinitia nguvu na kunifanya niwe tayari kwa lolote.

Niliingia ofisi ya Mkurugenzi, tayari Sista Margaret alikuwepo. Mkuu wa shule naye aliingia. Japo nilikuwa na ujasiri, nikisindikizwa na maombi ya mama na watu wangu wa karibu, nilijikuta napumulia juu kwani katika viongozi wote wa shule ukiachilia mbali mbwembwe za Sista Margaret, nilikuwa namgwaya sana Mkuu wa shule, Sista Maria.

Mkurugenzi alinikaribisha kwa chombezo la utani, "Mwalimu Richard karibu, napenda sana unavyopendeza." Nilijisikia tulizo, nikatabasamu.

"Asante Father Maziku." Tulicheka wawili tu.

"Karibu sana mwalimu Richard." Huku akifunuafunua faili la ajira.

"Mbona kama hapajaharibika jambo?" Nilijiuliza, nikamtazama usoni Sista Margaret, hakutabasamu na hapo niliuona utawa ndani yake. Mkurugenzi akaendelea, "Tumekuita mwalimu kama taratibu zetu zinavyotaka. Kwanza nikupongeze kwa juhudi ulizozionesha na pia nikupe pole kwa mabaya yote ambayo kwa namna moja ama nyingine wanafunzi na wafanyakazi wa Sekondari ya Bikira Maria Mama wa Huruma wamekufanyia." Nikiwa napumua mithili ya mtu aliyekabwa koo, nilijibu "Asante sana." Akaendelea kusema, "Unaongeleaje kuwepo kwako hapa kazini? Je, unahisi unastahili kuendelea kuwapo?"

"Mmmh!" Nilista kujibu, nikayakumbuka maneno ya Mkuu wa shule.

"Sijamkubali na hivyo hatufai! Kwa kweli kwa historia ya kijana huyu kitaaluma na jinsi alivyofundisha darasani, mwonekano na mwenendo wake ni mzuri; lakini ana mwili mdogo sana. Nahofia asije akasababisha historia ya mwalimu Paul ikajirudia." Nikajibu, "Kama ninyi mtaona ninastahili kwangu sina shaka."

"Mwalimu Richard katika kumbukumbu zetu leo umetimiza miezi mitatu ukiwa nasi hivyo muda wako wa majaribio umekwisha. Namkaribisha mkuu wa shule atoe ufafanuzi wa maendeleo yako ya kazi. Kama utafaulu, tutakubakiza na kama utakuwa umefeli, basi itakuwa vyema pia tukikupa mkono wa kwa kheri."

Mkuu wa shule alikohoa na kabla hajasema, lolote akanitazama usoni. Nilikosa amani, nikayakumbuka yote niliyowahi kutenda na kutendewa; nikajisemea moyoni, "Hata hivyo huu ni uonevu bora wanipe hela yangu niondoke tu."

"Wakati wote mtu hawezi kuwa sahihi, na busara ya mtu huonekana utotoni si uzeeni. Mwalimu Richard Kazungu nisamehe kwa kukubashiria vibaya; kwa ufupi sijawahi kuajiri kijana mdogo akaonesha nidhamu ya kazi kama wewe, hongera sana." Mkuu wa shule alisimama na kunishika mkono. Niliduwaa, nikiwa siamini kilichokuwa kinatokea. Niliwaza,

"Labda ni mbinu tu za kunipoza maana hawa watu wamesoma saikolojia pengine wameona wakiniambia moja kwa moja nitachanganyikiwa!"

Mkurugenzi akasema tena, "Kwa ujumla hayo ndiyo matokeo yako na kama mkuu wa shule angesema neno tofauti na hilo bila shaka ungetupisha. Sasa itakubidi usaini mkataba na uridhie kiasi cha mshahara utakaokuwa unalipwa." Sista Margaret akadakia, "Padre Maziku, Mwalimu Richard namuona bado hayuko sawa, naomba niseme kitu."

"Bila shaka." Padre Maziku alijibu.

Sista Margaret akaniangalia kwa uso wa tabasamu huku akinikonyeza; hapo alinipoteza kabisa, nikaikumbuka mitego yake yote na maneno yake 'Tumekupa muda wa majaribio na ili ufaulu; ni bora ukasingiziwa unatoka na mimi siyo wale watoto'.

"Najua umekumbuka kitu, napenda ufahamu kuwa, mimi ni mtawa halisi wala sina sura mbili; nimefunga ndoa na Kristo" Huku akinionesha kidole cha pete. Akaendelea kusema, "Hayo yote niliyokufanyia nilikuwa kazini. Niseme kuwa mimi ndiye natakiwa nithibitishe kuwa unatakiwa kubaki ama kuondoka. Kwa kweli nimeona kitu cha pekee kwako, wewe ni tofauti sana, imani yako ni kubwa na una moyo mpana sana. Mambo uliyoyapitia kwa muda mfupi yalitosha kukufanya uache kazi lakini kwako ilikuwa tofauti." Akasema tena, "Kwa kazi niliyokabidhiwa nathibitisha kuwa, mwalimu Richard Kazungu utaendelea kuwa mwalimu halali na kwa mapendekezo yangu, tutakulipa kiasi ambacho kitakufanya usiende serikalini ajira zikitoka."

Lo! Kwa kweli nilijihisi kuzidiwa na wingu la furaha moyoni, nilitamani kushangilia. Mkurugenzi alinionesha mkataba ili nisaini. Niliusoma kwa umakini sana! Ofa za makazi, NSSF, Maji na umeme bure, matibabu bure. mshahara milioni moja na laki mbili. Sikuamini macho yangu nikajisemea, "Mungu wangu, wewe waijua njia yangu. Waijua na riziki yangu, kutoka kwako naipokea ofa."

"Ofa hii sihitaji mjadala wowote naombeni tu nimpigie ndugu yangu aje awe shahidi."

Nilitoka na kuwaacha wakijadili mambo yao mengine. Nilienda moja kwa moja hadi chumbani kwangu. Nikiwa mwenye furaha nikampigia simu Pius. Alifurahi na tulicheka sana huku akinitania, "Mzee wa kidevu umeponea chupuchupu"

"Kwa kweli Pius, leo nimejifunza jambo kubwa sana katika maisha yangu. Akili ya mtu ni sawa na sura ya kijusi tumboni; huwezi kuijua mpaka kizaliwe."

"Ni kweli Rich. Ujue kila taasisi ina utaratibu wake wa kufuatilia mienendo ya wafanyakazi wake na kwa shule ya masista ni lazima kuwepo upelelezi mkali kama huo. Ila ninachoshukuru Mungu ni kwamba haki imejitenga na cha msingi sasa fanya kazi kwa bidii."

"Ni kweli Pius, hilo ondoa shaka kabisa." Alikata simu, nikabaki najisemea, "Huu ndio mwanzo wangu mpya."

Nilimpigia simu mama, baba na marafiki zangu wote isipokuwa Rose. Nilitulia kidogo baada ya kufurahi kwa muda maana nilikuwa kama akili zimehamishwa na furaha, nikawaza;

"Mmh! Mbona hatujaongelea kuhusu buibui au nao walikuwa sehemu ya mtego? Inawezekana kweli! Inakuwaje kwenye shule kama hii yatokee yote yale? Mmmh! Lakini hapana, mbona walikuwa *serious* sana? Bado kuna kitu hakijakaa sawa. Sitapunguza hata robo ya umakini wangu. Tena kwa huu mshahara, sitakuwa rahisi kiasi hicho. Huu mshahara nikijikaza miaka mitatu tu nitatoka kimaisha."

Niliwaza mambo mengi sana lakini ukweli ni kwamba siku hii ilikuwa tofauti kwangu maana sikutaraji kama ningesalia pale. Maisha yaliendelea na shauku yangu ya kutaka kulijua zaidi kundi la buibui iliongezeka maradufu maana wakati huu nilitaka kuwa huru zaidi ili nifanye kazi zangu bila usumbufu na njia ya kuwa huru ilikuwa ni moja tu, kuwafahamu buibui wote hasa yule wa saba ambaye ndiye kiongozi wao na kuhakikisha kundi hili linakomeshwa. Usingizi ulinipitia nikalala fofofo.

Sura ya 7

"Ukiona mwanafunzi wa kike anatembea na mwalimu wake, basi ujue kabisa chanzo ni."

Nikiwa nimelala, mlango uligongwa. Niliinuka nikiwa mwenye uchovu, nikajikaza na kujikongoja taratibu kuelekea mlangoni.

"Nani?" Hakukuwa na majibu.

Nilifungua mlango na kuishiwa furaha yangu. Nilitamani kupasuka maana nilikuwa namchukia sana Sering'ombe lakini nilijikaza.

"Karibu!" Akaingia na kuketi.

"Nina maongezi kidogo na wewe, na kama utaniruhusu yatakuwa marefu."

"Hata usijali, nakusikiliza."

Hakuongea moja kwa moja kwani alishikwa na kigugumizi.

"Jisikie amani na kuwa huru kusema chochote Sering'ombe."

"Ndugu yangu naomba unisamehe sana. Nimegundua wewe si mwenye makosa, bali mke wangu. Mmmh! Yaani mke wangu anadiriki kutembea na mwanaume mwingine? Richard huwezi amini, sijui mke wangu hapati nini kutoka kwangu. Najitahidi kumpa kila kitu lakini yeye kila siku ni kiguu na njia."

"Pole sana kwa hilo, pia mimi nilishakusamehe tangu siku ile."

"Nashukuru sana ndugu yangu, wanawake si wa kuamini hata kidogo!"

"Si kweli Sering'ombe. Mkeo au mwanamke mwingine yeyote akitoka nje ya ndoa ujue anatoka na mwanaume ambaye naye ana mke wake au hajaoa, kwa hiyo hakuna mwenye unafuu asiyepaswa kulaumiwa. Sote, wanaume kwa wanawake ni wahanga wa dhambi hii na hatutosalia salama, cha msingi badili tu imani yako. Kaa chini na mkeo mzungumze, yataisha. Yawezekana kwa namna moja ama nyingine unahusika. Si rahisi mwanamke atoke nje ya ndoa kama wewe hujasababisha. Kuna kitu umemfanyia akaona bora akuadhibu kwa mtindo huo. Ila nasema tena, kaa naye chini, jishushe, mzungumze kwa utaratibu na ikiwezekana iwe nje ya nyumba yenu. Mpeleke sehemu iliyotulia ili ukazungumze naye. Yatakwisha." Nilimsihi sana Sering'ombe.

"Asante kaka. Ni kweli, naomba nikiri wazi hapa. Huyu mwanamke ananitesa sana kisa tu nilitembea na mwanafunzi."

"Ilikuwaje ukatembea na mwanafunzi, Sering'ombe?"

"Si mimi tu wala wewe tunaowaona watoto hawa wakituvutia, ni kila mwanaume unayemwona hapa. Richard najua kwa sasa unawafahamu wanafunzi wote, hivi kuna mtoto mrembo kama Sofia Malisaba?"

"Hahahaaa!" Nilicheka sana, nikamjibu. "Kweli Sofia ni mrembo sana."

Japo kwa kumtia moyo tu maana Sofia si mrembo hata kidogo, ndipo nikapata kuamini usemi usemao unachokiona takataka, mwenzako anakiona dhahabu.

"Ndugu yangu ujue ukweli ni kwamba mtoto wa kike akiwa kwenye shule ya jinsia moja humwona mwalimu wa kiume kama lulu, hata kama mwalimu ana sura ngumu kama ya Sering'ombe lazima utashobokewa tu."

Nilishindwa kujizuia, nilicheka sana hata kabla hajamaliza kuongea.

"Ni kweli na kama mimi nilipata, iweje kwako Richard ambaye nadhani mbingu ilikuwa imetulia wakati inakufinyanga"

"Acha mambo yako Sering'ombe, kumbe na wewe una vituko hivi? Ehe! ilikuwaje wewe na Sofia?"

"Ujue Richard mpaka mke wangu anatoka nje ni kwa sababu kuna siku nilimvusha Sofia." "Unataka kuniambia watoto huwa wanaruka ukuta?"

Sering'ombe alicheka, nikacheka pia kwani ukimwona akicheka, lazima na wewe utacheka tu! "Wewe Richard ni mtakatifu na waliyokufanyia buibui ni cha mtoto, hawa watoto ni nuksi. Karibia wote wanaruka geti kiurahisi sana hasa kidato cha tatu na cha nne. Hakuna mwema hata mmoja!"

Ina maana hata Diana? Niliwaza, japo sikutaka kujua.

"Tuendelee na simulizi Sering'ombe!" Akasema, "Hakika siku hiyo ilikuwa mbaya sana kwangu. Nilimvusha vizuri tu. Wakati namrudisha, kumbe buibui hawampendi Sofia. Pia hata mimi walikuwa hawanipendi. Walichokifanya ni aibu; walimwambia mke wangu, akashuhudia kila kitu na tokea hapo ili kuficha mambo, nikawa mtumwa wa buibui. Nimevusha sana bidhaa haramu, vipodozi, vocha, chipsi na kila aina ya takataka."

"Kumbe hata simu wanazo! Pole sana. Kwa hiyo unataka kuniambia hawa buibui wanaendelea na mambo yao?"

Sering'ombe alicheka.

"Ndugu yangu kaa ukijua usipokubali kuwa mtumwa wao, hutodumu hapa pamoja na mshahara mnono!"

"Inawezekanaje kwenye shule kama hii vitu kama hivi vikawepo na hakuna hatua inayochukuliwa?" Nilimwuliza Sering'ombe.

"Usiwe mgeni, mwalimu. Kuna tofauti kubwa kati ya nyumba ya kitawa na bweni la wasichana, na nina hakika popote penye mkusanyiko wa wanawake, lazima wanazungumzia mambo ya wanaume sembuse wanafunzi ambao wanasumbuliwa na makuzi! kengeuka, usiwe kama hujasoma shule ya bweni." Akasema tena, "Tuchukulie tu mfano pale Kibwengu sekondari shule ya wavulana, wanafanya vizuri kwenye mitihani lakini wanatoka kwenda kwa wanawake kila siku, wanamiliki simu na mambo mengi tu ikiwamo kwenda kwenye disko usiku."

"Hahahahaaa! Ni kweli kwa sasa nimekuelewa Sering'ombe."

"Usidhani kwamba utawala haujui uwepo wa buibui, kila mtu anawajua japokuwa hawajakamatwa na hatia maana wako makini sana. Halafu kinachowafanya Wakuu wasiwafukuze ni kuipaka shule matope na ufaulu wa wanafunzi. Hakuna anayefeli, wote ni daraja la kwanza na la pili tu."

"Kweli shule ni shule tu kila aina ya uchafu ambao hufanyika shuleni haukosi hata kama ni shule ya watakatifu."

"Tuongelee ndoa yangu sasa!"

"Kuhusu ndoa yako Sering'ombe, najua sijaoa lakini kukushauri wewe naweza. Mpe heshima yake mkeo, muoneshe thamani yake. Kaa ukijua kuwa unachomfanyia mkeo kama habari za kutembea na wanafunzi, katu hatokusamehe kama hutaacha. Achana kabisa na habari za hawa watoto. Kwanza ni wadogo sana na kuna kufungwa jela.

Jiulize ukifungwa miaka thelathini, mwanao utamwachaje? Ndiyo kwanza mwanao ana umri wa miezi sita, haijui hata sura yako. Mimi nafikiri Sering'ombe ule msemo wako wa mpanda treni nimeupata maana yake sasa na msemo huu ukufundishe wewe mwenyewe.

Uliposema mabehewa yote ni sawa ulikuwa sahihi. Na behewa la mbele wakati wa kwenda ndilo behewa la nyuma wakati wa kurudi. Wanawake wote ni sawa tu haijalishi ni msichana au mwanamke, mnene au mwembamba. Ridhika na uliye naye ndiyo maana ulimchagua. Pia wewe Sering'ombe ni mkristo, yaishi mafundisho ya dini. Nina uhakika ukinisikiliza, utaifurahia tena ndoa yako na usiponisikiliza, ipo siku utakuja tena kunililia nikusaidie. Hebu achana na hii tabia; kama si baba wa familia, basi jenga heshima yako kama Mwalimu."

"Nakuelewa sana Richard, tabia ni kama ngozi, huwezi kuacha! Ni kweli mimi ni mwalimu, umri wangu umesogea, nimefunga ndoa na nina pete lakini siwezi kabisa kuacha. Ngoja nikusimulie kisa fulani ili uamini mimi siwezi kukaa na mwanamke mmoja. Nilikuwa kama wewe hapo awali na sikuwa na papara na mambo ya wanawake ila kwa kitendo nilichofanyiwa niliapa kuwa nitawachakaza sana."

"Hebu acha mafumbo, funguka tu! Tuko mimi na wewe tu hapa"

"Nilitendwa kaka. Msichana ambaye tokea shule ya sekondari kidato cha pili, tulipendana na kuahidiana kuwa baada ya masomo tutaoana aliniacha kijingajinga."

"Alikuachaje Sering'ombe?"

"Mimi sikufaulu kwenda kidato cha tano, badala yake, nilienda kusomea ualimu na bahati nzuri nikaunganisha diploma, ndiyo maana leo nafundisha sekondari. Yeye alifaulu na wakati yuko chuo, alipigwa mimba na mwanaume mwingine. Watu wa karibu yangu walinijulisha, nilimtafuta pia akakiri. Niliumia sana na tokea hapo sikuwa kabisa na hamu ya kuwa na mpenzi na huyu mke ni ushahidi tu.

Ujue wakati natafuta kazi hapa, achana na sasa hivi mnaingia tu! Enzi hizo kigezo cha kwanza ilikuwa kwa mwalimu wa kiume, lazima uwe umeoa, kwa hiyo nilifunga ndoa ili nipate kazi. Nilifanikiwa kupata kazi. Kaka hii shule nilijiunga wakati huo haina hata uzio, masista waliamini uzio ni akili ya mtoto tu.

Nikwambie, wasichana wengi tu hapa wamefanya mitihani yao ya mwisho enzi hizo wakiwa na ujauzito. Kwa hiyo kaka sina sababu nyingine ni kisa hiki tu na sijui kama nitaacha na hata nikiendelea kuhesabu nakimbilia kwenye mia nne hivi."

"Duh! Sering'ombe naomba tu uache kunisimulia habari hizi, ila nakushauri uache sasa. Muogope Mungu, wewe kwa nafasi yako kama mwalimu unao uwezo mkubwa sana wa kuijenga jamii. Fundisha watoto katika kweli. Waambie tabia hii si nzuri nina uhakika ipo siku utafurahi ukijua kuwa wewe ni muhimu sana katika ujenzi wa jamii bora.

Sering'ombe, hiki kizazi kimepotea, karibia kila msichana anawaza kuwa na bwana haijalishi ni kidato cha kwanza na ajabu zaidi mpaka shule za msingi. Ndiyo maana mimba za utotoni zinaongezeka na hawafaulu masomo yao. Nakushauri ndugu yangu, uache na ni rahisi tu; wewe una nafasi kubwa sana ya kuyashinda hayo mazoea yako, una mke ndani, ridhika naye tu na nina imani, ukimpa mkeo nafasi yake na kumheshimu, utafurahia maisha. Umemfundisha mkeo tabia zako. Sasa endelea kumkorofisha, ipo siku atakwambia hata huyo mtoto si wako!"

Sering'ombe akahamaki, "Unasemaje? Mwalimu Richard, nikigundua hivyo naua mtu!"

"Utakuwa umeshachelewa! Hebu mpende mkeo."

"Nashukuru kaka kwa msaada wako wa kimawazo, umenipa changamoto kubwa. Hivi kweli inaweza kutokea mwanamke akasema mtoto si wako na huna cha kumfanya?"

"Ni kweli kabisa kaka, hukumbuki kisa cha juzi kwenye mitandao ya kijamii? Jamaa alilea mtoto na kugharamia kila kitu akijua ni wake lakini mwisho wa siku alipokorofishana na mke wake mambo yakageuka. Angalia sana, hivi hujawahi kusikia watu wanagombania maiti? Ndiyo mambo kama haya!" Seringombe hakuwa na hamu tena.

"Naomba tu isitokee kwangu, mimi nitaua mtu!"

"Wala huwezi Sering'ombe, zaidi utatoka na aibu tu. Hebu jaribu kuzingatia yale niliyokwambia."

Baada ya mazungumzo tulielekea kupata chakula, wakati tunaendelea kubadilishana mawazo, mbele yetu alikuwepo binti mmoja.

"Richard, unamwona huyu mtoto?"

"Ndiyo, lakini Sering'ombe kwa nini bado una mawazo hayo? Maana huyu binti aliwahi kuwa mwanafunzi wako." Binti alitusogelea na kumsalimia Sering'ombe.

"Shikamoo mwalimu Seri!" Sering'ombe akaitikia, "Marahaba Mariam, vipi uko wapi? Naona unazidi kupendeza tu. Sare za shule huwa zinaficha mengi." Mariam, alicheka tu kisha akasema, "Umeanza mambo yako, hivi bado tu hujaacha?"

"Hebu niachie mawasiliano kwanza halafu mambo mengine yatafuata kama yana umuhimu." Mariam alitoa namba ya simu na kumkaribisha Sering'ombe chuoni kwake SUA Morogoro." Nilishangaa sana.

"Huyu ni kama mdogo wako Sering'ombe!"

"Acha nikwambie, ng'ombe hazeeki maini. Tena Richard ukiwa na mimi usilete mawazo yako ya kizee! Unakuwa kama Padre bwana. Richard, kuwa katika ndoa mapema au na mke mmoja unapoteza vitu vingi sana, angalia mtoto kama huyu, unakuwa unamwona kwa macho tu. Umeshanishauri inatosha, kutekeleza ni juu yangu."

"Sikuhukumu lakini utaishia pabaya! Leo unawafanyia hivi watoto wa wenzako kesho atakuwa mwanao na ilivyo mkuki mchungu kwa binadamu, najua utaua mtu kama ulivyosema." Alinikata jicho tu! Nikaendelea kumsema, " Inakupasa ufahamu kwamba, mpaka unamtamani huyu mtoto unatakiwa ujue ni kwa namna gani wazazi wake wamemlea. Wametumia gharama kiasi gani mpaka anafikia umri wa wewe kumtamani? Achilia mbali ada, chakula na mavazi. Yapo mengi ambayo hatuyafahamu. Pia binti huyu ana ndoto zake.

Leo amekuja kuchukua cheti maana yake anakwenda kuendelea na elimu ya juu; unataka uzikatili ndoto zake? Kwa mfano umetembea naye akapata ujauzito na wewe tayari una mke na mtoto utafanyaje? Pesa zenyewe huna!"

"Richard unaongea sana, unakuwa kama maksai! nina wasiwasi kama wewe ni mzima; yaani huwezi kunishawishi eti niwatazame kwa macho, nilee watoto ambao siyo wangu! kwangu hakuna. Kama wazazi wametuamini kuwalelea watoto, basi tutashirikiana nao kulea. Na pia mimi siyo mzembe kiasi hicho, eti nijisahau mpaka apate mimba! Haiwezi kutokea. Mnaowabebesha ni ninyi mnaoogopa. Siku ukiamua kuwa naye ndiyo hapo hapo anabeba." Alisema Sering'ombe. Tulicheka sana, japo sikukubaliana na mawazo yake.

Tuliingia kupata chakula. Kabla mada haijapoa nkamchokonoa tena Sering'ombe,

"Hivi ulianzaje kuwa na ujasiri wa kutembea na wanafunzi?" Alicheka sana,

"Ni simulizi ndefu sana, ila kwa ufupi; ukiona mwanafunzi wa kike anatoka kimapenzi na mwalimu wake, basi ujue kabisa chanzo ni mwanafunzi mwenyewe. Bila shaka mfano umeuona hapa, mtoto mwenyewe kaniita Seri! Sasa huoni kwamba hiyo ni ishara ya dharau? Mtoto anafupishaje jina langu kizembe hivi?"

"Kumbe kwa kufanya hivyo amekupa ishara?"

"Hata kama hujui kusoma, kwa macho utaelewa! Kitendo hicho kinaashiria kwamba mimi na yeye ni washikaji au watu wa karibu ama rika moja. Sasa kama siyo dharau ni nini? Mimi niwe rika moja na Mariam?" Tulicheka sana,

"Lakini bado hiyo si sababu tosha ya wewe kutembea na wanafunzi Sering'ombe."

"Ni kweli yapo mambo mengi ikiwamo tamaa na mazoea, ujue kwa mtu kama mimi, nikikusimulia historia yangu utanihurumia, utaona kwamba wasichana wamenionea sana lakini kwa sasa, dawa yao ndiyo hii.

Ujue tangu sekondari, wasichana walikuwa wananidharau sana, mwonekano wangu na kila kitu changu nilikuwa kama vile kichekesho, yaani hata jina langu nikiitwa wanalipuka vicheko. Ilifika wakati mwalimu wangu wa michezo akaniita pembeni, akaniambia, ukiona wasichana wanajichekesha chekesha basi ujue wanakupenda. Jaribu siku moja kumbana mmoja. Niliufanyia kazi ushauri wa mwalimu wa michezo, nilipofanikiwa kwa mmoja ikawa kama mchezo vile mwisho wa siku, wakanipachika jina la 'kifimbo cheza!' Nakumbuka nilipokuwa mchezaji tegemezi kwenye timu ya shule, watoto walikuwa wananishangilia na tokea hapo nikwambie Richard, hawakunidharau tena.

"Richard umenifanya nikumbuke mbali sana, kuna shule niliwahi kufundisha, tulikuwa tunafanya mipango kabisa mtoto anapewa ruhusa ya ugonjwa yaani unachukua mshikaji mtaani anajidai mjomba wake anachukua ruhusa na kumpeleka getto, anakaa wiki nzima."

Tuliagana huku yeye simu yake ikielekea sikioni. Nilicheka kwa sababu nilijua aliyekuwa anampigia ni Mariam.

Heshima yangu iliongezeka shuleni pale hasa kwa upande wa utawala na wanafunzi waliojitambua. Kwa muda matukio ya ajabu yalipungua shuleni, kwa sababu wanafunzi wote walikuwa kwenye mitihani ya kufunga nusu muhula.

Siku ya mwisho ulikuwa umebaki mtihani mmoja kufanyika. Nikiwa nasimamia wanafunzi katika maandalizi ya usiku, nilipita tena karibu na bweni la mtakatifu Yosef Mfanyakazi, taa ziliwaka na kuzima, haraka niliwaza, "Itakuwa ni tatizo la umeme."

Nilikaa pale nikiangalia bila wasiwasi, taa ziliwaka tena!

"Mmh! Nini hiki? Mbona kama kuna watu bwenini?"

Ilinibidi nisogee kwa karibu zaidi. Wasiwasi uliongezeka japo nilijipa ujasiri kwa sababu mimi ni mtu mzima na zaidi ni mwalimu. Kwa mbali niliona kama vivuli vya watu wakitembea ndani ya bweni. Sikufikiria sana nilijaribu kuugusa mlango, nilishtukia tu niko ndani. Taa zikawaka rasmi.

Ilikuwa mara yangu ya kwanza kuingia bweni la watoto wa kike. Bweni la wasichana! Palikuwa kimya, na kwa vile bweni lilikuwa refu zaidi, nilijitahidi kujongea taratibu nikiwa na uhakika kabisa kuna mtu ndani ya bweni. Udadisi ukaniingia.

Mawazo yangu wakati huu yalihama kabisa, nikistaajabu utofauti kati ya bweni la wavulana na bweni la wasichana. Bweni la wasichana lina mwonekano wa kuvutia, vitanda vimetandikwa vizuri na kila kitu kimepangiliwa. Kama kawaida nilitupa macho yangu kuyatazama mapazia madirishani ambayo ni makufuli yao. Ni kama ajabu lakini kwao ni kawaida na wanaona fahari sana kutundika kwenye madirisha wanapofua nguo zao muhimu.

Nilifika katikati ya bweni nikiwa sioni mtu, wasiwasi ulizidi kupanda. Nilipiga moyo konde nikaendelea kutembea taratibu. Ghafla nilitupa macho yangu mbele nikaona mguu, nikasogea zaidi. Nilichokiona, nikapiga magoti kuzificha mboni zangu zisiendelee kuona. Wakati nainua uso wangu, nilikutanisha macho na sista Margaret huku wanafunzi wametoweka. Nilichoka, nikajisemea moyoni: *basi tena. Kisicho riziki hakiliki, yaani nimetoka kusaini mkataba mnono, leo nakutwa bwenini katika hali ya kutatanisha!.*

Sista Margaret hakusema kitu, alinishika bega na sote tulitoka nje. Nilienda kulala baada ya muda wa kazi za usiku kuisha. Niliwaza mengi sana, sikuwa na hamu ya kuongea na mtu. Sikutaka kumwamshia mama yangu maradhi yake wala sikutaka kumsumbua Pius usiku ule. Niliwaza kufukuzwa kazi tu kwa kitendo cha kuingia bwenini. Niliwaza: *hawa watoto wamekumbwa na nini? Kwa nini wawe katika hali ile? Sista Margaret ameona kila kitu na kwa kweli mimi kama mwalimu wa kiume sikutakiwa kuingia bwenini kwa sababu yoyote ile. Mungu ataniepusha na lolote.* Mawazo yalikuwa mengi sana, huku nikiikata simu ya Rose iliyokuwa ikipiga mara kwa mara.

Asubuhi kulikucha, kwa kweli moyo wangu ulikuwa nusu mfu na mwili wangu mzito ajabu. Sikuona umuhimu wa kuamka mapema ilihali nilijua lazima nitafukuzwa kazi. Sikwenda kanisani, badala yake nilisubiri kwenda paredi ya asubuhi nikiwa na wasiwasi sana. Aibu ilikuwa imetanda kila kona ya mwili wangu. Nilijikaza kiume.

Mkuu wa shule aliongelea mwenendo wa mitihani, kwamba siku hii ilikuwa ni ya mwisho na akasisitiza nidhamu ya hali ya juu huku akitangaza kuwa likizo hii wanafunzi watafunga shule bila baraza la shule kukaa na kwamba litafanyika wiki ya kwanza ya kufungua huku taratibu zote zikiwa zimezingatiwa. Kwa maneno ya Mkuu wa shule, nilizidi kuzama zaidi katika ulimwengu wa wasiwasi na mashaka. Sikuelewa kwa nini walipotezea kile kilichotokea usiku wa jana yake.

Nilijiweka tayari kuitwa na kuhojiwa siku yoyote.

Mitihani ilimalizika, tulisahihisha na kutoa matokeo kama ilivyo desturi ya shule yetu kwamba wanafunzi wanapoondoka kwenda nyumbani, waende na matokeo yao. Baada ya kufunga shule nilimpigia simu Pius, "Tumefunga shule, kuna jambo lakini kwa sasa siwezi kukueleza, ngoja niende nyumbani kwanza. Nikirudi mjini, nitakuelezea!" Nilikata simu, na kuanza maandalizi ya kwenda kukata tiketi kwa ajili ya safari.

Sura ya 8

"Na kile ulichokiona pale bwenini siku moja kabla ya kufunga shule ni cha kweli na kwa kuwa wewe ni mwanaume najua utajiongeza na kuitumia fursa hii."

Likizo ilianza, sikuwa na hamu ya kuendelea kukaa Dar es Salaam. Nilisafiri kwenda mkoani kwetu Shinyanga. Kwa kweli nilipofika nyumbani, nilisahau mambo yote ya kazini. Nilimwona mama yangu, nilimwona baba yangu, niliwaona wadogo zangu na ndugu zangu wengine. Nao pia walikuwa na shauku ya kuniona kwani ulikuwa umepita muda mrefu sana bila kuonana nao.

Chakula kizuri kiliandaliwa, mbuzi alichinjwa kwa ajili yangu. Baba yangu alialika watu kadhaa kuja kujumuika nasi kwa chakula. Baada ya chakula, mama na baba walikuwa na jambo lao. Tulikaa kama familia, baba akaanza kusema, "Mwanangu Richard, mimi na mama yako tumezeeka, najua unalitambua hilo. Tumefurahi kwamba umekuja nyumbani, umetukuta tukiwa wazima. Kwa ajili yako tumeandaa ng'ombe kusherehekea mafanikio yako, kwa sababu wewe umetufurahisha. Kijiji kizima hakuna hata mmoja aliyesoma kama wewe. Wavulana wengine ni wachunga ng'ombe na wakulima, walevi wa pombe na waasherati wa kupindukia hapa kijijini.

Wasichana ndiyo kabisa usiseme. Kila anayechipukia anaolewa. Hawapendi shule na sisi tunaona fahari kuwaozesha kwa kupokea ng'ombe wengi japo nimeshindwa kwa mdogo wako Nyanji ambaye amerubuniwa na watu waliokuja kwa ajili ya semina hapa kijijini. Wanasema wanashughulikia haki za mtoto wa kike na kupinga ndoa za utotoni, nimeachana naye. Kwa hiyo nakukaribisha, familia itafurahi pamoja nawe."

Mzee wangu aliongea maneno ambayo yalinirudisha shuleni ghafla. Huku kijijini kwetu watoto wa kike wanaolewa, Dar es Salaam wamejaa shuleni. Pia moyoni nilimpongeza mdogo wangu Nyanji kwa kuwa na ujasiri wa kutetea haki yake kama msichana mwenye ndoto kubwa licha ya kukosa elimu. Mama naye alichukua nafasi ya kuongea.

“Kwanza nimshukuru Mungu, amenilinda nimeyaona matunda ya malezi na juhudi zangu.” Mara simu yangu ikaanza kuita, sikutaka kuipokea. Mama akasema, “Ipokee.” Sijui kama alikuwa anajua ni nani aliyekuwa ananipigia usiku ule.

“Nitampigia baadaye.” Nilimjibu

“Mwanangu, hiyo simu hiyo, ndiyo nataka tuiongelee! Baba yangu umekua. Maisha yako umeyamaliza ukiwa shuleni. Miaka kumi na mitano unahangaika na shule wakati wenzako wana watoto na familia. Wote uliomaliza nao darasa la saba wana wake na watoto. Uliomaliza nao kidato cha nne wana wake na watoto na zaidi wana mali! Nataka uoe mwanangu na mwanamke anayekufaa ni Rose!”

Kikao kilimalizika nikiwa mwenye furaha ya kuigiza maana nilikuwa sina namna. Nilitaka mama yangu afurahi. Nilienda kulala nikiwa na mawazo mengi sana. Nilitamani likizo iishe maana sikutaka kuishi maisha ya kuigiza. Najua fika kuwa mimi na Rose hatuendani; na licha ya hivyo, sina hisia za kimapenzi kwake. Sikulala usiku kucha nikiwaza.

Asubuhi kulipokucha, kama kawaida nilidamka kwenda kuwasalimia wazazi. Huwa ni desturi yetu, baba na mama wanakuwa wa mwisho kuamka. Bila shaka mama naye hakulala usiku kucha akiwaza jambo langu.

“Mwanangu nisikilize mimi mama yako, tusikilize sisi wazazi wako. Familia nzima inamfahamu Rose, na amekubalika na kila mtu. Chonde chonde, muoe uondoke naye. Ni msichana mchapakazi. Hapa tunapozungumza, tayari ameshafika na ameenda kisimani na mawifi zake kuchota maji.” Nilikuwa sina nguvu tena.

“Sawa mama, lakini kwa sasa sijajiandaa kuoa.”

“Richard, elimu yako isikufanye ukasahau tamaduni zetu. Anachokisema mama yako ni kweli na huo ndiyo msimamo wetu. Huwezi kusema hujajiandaa wakati sisi ndiyo tunaotoa mahari na kushughulikia sherehe nzima na wewe kazi yako ni kupendeza tu siku hiyo na kuwa tayari kwa ajili ya kuoa. Kwa kifupi sisi na wakwe zako tumeshakubaliana kila kitu. Tutawapa ng’ombe kumi na tano na pesa taslimu laki mbili. Jiandae, kila kitu kipo tayari.” Baba naye akapigilia msumari; ukweli niliishiwa nguvu. Kama hata baba naye ameidhinisha, nani atakuwa msaada wangu katika hili? Kwa kweli sikua tayari kuoa. Nilijua maisha ya sasa si ya kukimbilia kuoa. Wazazi wangu hawakuelewa kuwa zama zimebadilika. Pamoja na elimu inatakiwa nijipange kiuchumi ili niwe na kwangu, nijijenge ili hata nikiwa na familia, nisimtegemee mtu.

Likizo yangu tayari ilikuwa chungu. Nilikaa nikiwaza hatima yangu, mara nikamwona dada yangu Nyanji akiwa na Rose wanatoka kisimani kuteka maji. Hali yao ilikuwa ni kama watu ambao hawasemeshani. Nilipata wazo, kabla sijaonana na Rose. Nilimchukua Nyanji pembeni tukazungumza.

"Kaka kusema kweli naumia sana kwa kitendo hiki cha wazazi kukulazimisha umuoe Rose. Rose namfahamu vyema. Ni msichana ambaye haeleweki ni kama punda wa kijiji. Tumegombana mara nyingi tu huko mtaani. Leo hii eti awe wifi yangu. Siwezi kukubali hata siku moja. Kama baba na mama wanataka sifa kijana wao kuhitimu elimu ya juu na kuoa kijijini basi mimi nitakufa kwa ajili hiyo. Eti Rose! Hakuna mke pale, yaani sijui niseme nini kaka unielewe, Rose hakuna, hakuna. Hakuna kitu pale." Nyanji alikuwa akiongea kwa hasira sana, jambo ambalo mimi lilinifanya niumie zaidi kwa ajili yake.

"Naoa ili iweje? Bila shaka ili nifurahie maisha, lakini kwa nini sasa nataka kuoa huku wadogo zangu hawamfurahii wifi yao? Wataweza kweli hata kunitembelea akiwa mke wangu?" Nilijiuliza maswali kadhaa huku nikimtuliza mdogo wangu Nyanji.

"Nimekuelewa mdogo wangu na mimi nilikuwa nataka nipate mtetezi katika jambo hili. Tunafanyaje sasa ili mimi nisimuoe Rose?"

"Hebu nioneshe picha ya wifi yangu kwanza ili ninapopambana na Rose niwe najua una akifaa cha ukweli! Nisije nikaruka maji nikakanyaga tope!" Tulicheka kidogo japo kwa kujilazimisha. Nilichukua simu na kumwonesha picha.

"Huyu anaitwa Merabu, ni binti ninayempenda sana." Nyanji alicheka.

"Kaka nakukubali sana, Merabu ndiye utakayemuoa wewe. Hata kama ni kabila tofauti. Mimi nitatengeneza mpango wa kuondokana na huyu Rose." Nikamkumbatia mdogo wangu.

"Kama kweli utafanikisha mimi nisiozeshwe Rose kimila, nitafurahi sana na zawadi yako utaikuta Dar es Salaam mwezi Disemba."

"Kaka andaa zawadi lakini mimi ninachokitaka ni kumwona Merabu ndani ya nyumba yako. Ahadi ni deni pia, hakikisha kweli napata ruhusa nije Dar es Salaam. Nitafurahi sana nikifika jijini Dar es Salaam."

Nilielekea nyumbani kwa kaka yangu Amos anayeishi na familia yake pale kijijini. Niliweza pia kuzungumza na wadogo zangu wa kiume, shemeji na kaka yangu. Wote wanamfahamu vyema Rose, na hawaungi mkono suala la mimi kuchaguliwa mke, ambaye ni Rose. "Wanaweza kukuchagulia mke lakini si Rose!" Alisema kaka Amos. Mpaka muda huu nilikuwa namfahamu sasa Rose ni nani maana kwa jinsi alivyokuwa akinisumbua nikiwa Dar es Salaam, nilijua wazi Rose si msichana ambaye ungemuoa ukatengeneza familia. Kila meseji tatu za Rose, mbili anaomba pesa. Kwa kweli niliwaomba ndugu zangu wote kwa pamoja wanisaidie, maana sikuwa tayari kuingia kwenye ndoa ambayo mwisho wake ingekuwa karaha katika maisha yangu.

"Baba yangu naweza kumbadilisha lakini mama haiwezekani, namwachia Mungu tu maana hamna namna sijui wameahidiana nini na Rose?" Nilijisemea moyoni. Kwa kuwa ilikuwa ni sherehe kila nilipofika kuwasalimia, chakula kizuri kiliandaliwa tukala na kuburudika.

Jioni nilirejea nyumbani, wa kwanza kuniona alikuwa mama.

"Umeonana na Rose?"

"Hapana sijaonana naye.

"Hivi wewe una akili kweli? Unashindwa kumchukua Rose ukamtembeza kwa ndugu zako? Au unataka kunitia aibu mama yako?" Mama alibwatuka. Wakati huo nilikuwa natokota moyoni sikujua cha kufanya kwani mama yangu namjua; nikitia neno tu tayari anazimia. Nilijikaza kiume, nikamdanganya tu. "Siku nyingine nikitoka nitatoka naye."

Kama kawaida, usiku kikao cha familia kiliendelea na mazungumzo yalikuwa ni ndoa yangu ya kimila ambayo tayari maandalizi yalikuwa yamekamilika. Jambo ambalo lilinipa ahueni ni mchango wa kaka Amos.

"Ndugu zangu, kwanza nimpongeze mdogo wangu kwa kuhitimu chuo kikuu, na pili niipongeze familia kwa kupata shujaa, mkombozi ambaye siku zote atakuwa mbele yetu kututetea. Richard atakuwa mhimili wa familia na najua tumemsomesha tukiwa tunalijua hilo.

Na kwa kuwa tunatambua kuwa yeye ni msomi, pengine tumpe muda wa kujiandaa, walau apate hata ajira ya kueleweka ndipo tumfungishe ndoa kama ni Rose sawa au hata na mwanamke mwingine ambaye yeye ataona anafaa. Tunaweza kumlazimisha sasa hivi, ikafikia wakati wawili hawa wakashindwa kuishi pamoja, ukizingatia shemeji hajawahi kuishi mjini na maisha ya mjini yanahitaji mtu muelewa sana.

Napendekeza, kwa kuwa ajira yake imebakiza miezi mitatu itoke, kwa sasa tumwache arudi kule anakofanya kazi kwa muda, akajitafakari ili ajipange pia ni namna gani ataishi na mwanamke."

Mama hakuyakubali maenno ya kaka Amos. Baba alisema atafikiria.

Muda wa kulala ulipowadia, nilienda kulala. Kwa kweli ile siku nilikuwa kama picha ya mtu aliyelala kitandani. Mimi nilikuwa mbali nikiwaza jinsi maisha yanavyonipiga kila upande. Nilikuwa nawaza mambo mengi, kazi yangu, familia yangu, maisha yangu, kwa kweli kilichokuwa kinanijia kwenye mawazo yangu ni kukubaliana na wazazi wangu, japo ni jambo gumu sana kuishi na mwanamke nisiyempenda.

Nilipokea simu kutoka kwa Pius, nilimsimulia kila kitu. Akanishauri, "Jaribu kuongea na Mzee atakuelewa. Mwambie wewe ni msomi, akupe muda ili upate nafasi ya kujiandaa kimaisha lakini wawepo na marafiki zako pia. Mwambie kuwa jambo jema halihitaji haraka na kwamba kimsingi hukatai wazo lao la kumuoa Rose, ila tu wakupe muda, ujiandae."

"Ni kweli Pius unachokisema japo mama yangu ndiye haswa mgumu kuelewa na yeye ndiye anamfanya hata baba awe mgumu kutambua mambo." Tuliongea mengi sana na Pius usiku ule na baada ya hapo sikujua nilipitiwa saa ngapi na usingizi.

Asubuhi kulipokucha, kabla ya kutoka nilipokea simu, ilikuwa ni namba mpya na sauti ya mwanamke ilisikika. Sauti ile ilikuwa maarufu sana kwenye masikio yangu japo sikuitaraji asubuhi ile.

"Hongera kwa likizo. Najua unafaidi maisha tu pale ulipo lakini usisahau shule bado inaendelea, na kile ulichokiona pale bwenini siku moja kabla ya kufunga shule ni cha kweli. Kwa kuwa wewe ni mwanaume najua utajiongeza na kuitumia fursa hii. Nakushauri uwahi kurudi mjini ili kabla hatujafungua tukutembelee nyumbani kwako japo tukuonjeshe ladha ya embe dodo la mjini." Alikuwa Paula, buibui kaamua kunifuatilia hata wakati wa likizo. Sikusema neno, nilicheka tu lakini maneno yale yaliniingia na kuibadilisha asubuhi yangu kuwa chungu. Nilitamani usiku urudi niendelee kulala.

Wakati huo sikujua kilichokuwa kinaendelea. Nikiwa nimekaa, nilisikia kelele za akina mama ambao bila shaka walikuwa wanagombana.

Walipofika nilishangaa kumwona mama yake Rose akiwa amemshika Nyanji, huku akipiga kelele.

"Kwa nini mnataka kumuua mwanangu kisa ndoa ya kulazimisha? Nilidhani kuwa Richard amesoma atakuwa na akili kumbe hamna. Yaani unadiriki kumtuma mdogo wako ampige binti yangu? Kama humtaki si useme kuliko kumfanyia mambo ya kijinga. Nitawapeleka kwa mjumbe endapo mwanangu atapigwa tena!"

Nilishangaa sana na zaidi niliogopa kwa kitendo ambacho Nyanji amekifanya. Wakati huo mama yangu alikuwa akimbembeleza mama Rose.

Baba aliporudi alimpiga Nyanji kiasi cha kumuumiza. Niliumia sana kwani yote aliyoyafanya Nyanji yalikuwa ni kwa ajili yangu.

Baada ya kipigo kikali niliingia chumbani kwa mdogo wangu Nyanji, cha ajabu pamoja na alama, uvimbe na maumivu makali, Nyanji alitabasamu na kwake haikuwa adhabu.

"Kaka usijali kuhusu mimi. Nitakufa kwa ajili ya furaha yako, wala wasikuumize nafsi yako, na hapo bado. Hesabu kwamba hakuna ndoa, wewe nenda kajiandae. Namtaka Merabu." Maneno yale japo yalikuwa ya kuchekesha, yaliniuma sana na kunifanya niuone upendo wa dhati aliokuwa nao mdogo wangu na kwa mara ya kwanza, nilimfikiria Nyanji kuwa ni binti mwenye akili sana japo hajapata fursa ya kwenda shule.

"Siku nikipata nafasi nitampeleka Nyanji akasome japo shule ya watu wazima. Sitaki mdogo wangu aishie kuolewa na wafugaji." Nilijisemea moyoni. Nikaona niongee na mama, taratibu nikawa natembea kuelekea nyumba kubwa, kabla sijaingia, nilimsikia mama akisema, "Mwanangu Richard sijui amekumbwa na nini? Hataki kabisa kunielewa mimi mama yake. Sijui amesoma uswahili ukampita kichwani mpaka amesahau mambo ya msingi ya kimila! Anashindwa kujifunza kwetu. Mimi na baba yake tumeishi miaka yote mpaka yeye amekuwa mtu!" Mama alikuwa akiongea na mama Rose, na maneno yake yalizidi kunifanya niumie sana kiasi cha kufikiria kumchukia mama yangu.

Nilirudi ili nisiwaharibie mazungumzo yao. Mama Rose aliondoka akiwa bado amefura kama swila aliyekuwa anapambana na adui. Nilipoona vile nilimfuata mama.

"Baba." Alianza kwa kusema.

"Naam mama."

"Mwanangu nakupenda sana. Siwezi kukukosesha raha hata siku moja. Nakupigania ili uwe na ndoa nzuri, uishi maisha mazuri na ikiwezekana, mpaka uzeeni uwe na mkeo. Unaona mimi na baba yako, hakuwa mpenzi wangu, wala mimi sikumjua kabla, lakini wazazi wetu walikutana tu, wakakubaliana na mahari ikatolewa. Mimi na yeye tukawa mke na mume na mpaka leo tunaishi pamoja. Kama ni kupendana, tulipendana safari ikiwa imepamba moto. Hata wewe nakusihi, mchukue Rose."

"Ni sahihi na kila unalolisema mimi nalielewa ila tu tusifanye haraka kiasi hiki. Hebu nipe nafasi mama yangu. Kama kweli unanipenda na unataka mimi niwe na furaha, niruhusu niende mjini nikajiandae kwa ajili ya ndoa. Mimi na marafiki zangu tujumuike pamoja. Kumbuka mimi nina watu wengi kwa sasa ambao wananiangalia na kwa suala hili kubwa ni lazima niwahusishe.

Tafadhali mama yangu, niruhusu. Baba hana shida. Ni wewe tu ukisema ndiyo, kila kitu kitakuwa. Tazama hata hali ilivyo hivi sasa. Nyanji amegombana na Rose, ndugu zake Rose wamemchangia na kumpiga, hivyo hatuwezi kusema tukimbilie kwenye ndoa wakati familia hizi mbili haziko sawa." Wakati huo mama alikuwa kimya akiniangalia tu. Sikujua alikuwa anawaza nini.

"Mama mbona uko kimya? Sema japo neno, mwanao niwe na amani!" Mama alinyanyuka, akaniacha.

"Kwa kweli mama yangu unaniumiza sana, nashindwa kujua kwa nini unakuwa hivi!" Niliwaza na kujisemea mengi sana. Sikuwa na namna wakati huo. Likizo yangu ilikuwa huzuni tu na nilifikiria vibaya sana juu ya safari yangu hii.

Mchana nilikutana na marafiki zangu pale kijijini. Kama kawaida walinipongeza kwa kunitambua kama msomi pekee lakini hawakuacha kukosoa ndoa yangu inayolazimishwa. Niliwatoa wasiwasi kuwa haitatokea na kwamba niliwaomba wanisaidie kuongea na baba yangu, Mzee Kazungu, ili asikie sauti tofautitofauti kwa sababu wao wanamfahamu Rose. Usiku ulipoingia, baada ya chakula cha pamoja, familia ilikaa, baba akaifungua kikao.

"Nimeona tukae tena tujadili mambo yanayoendelea ambayo mengi si mazuri. Kwanza kabisa, nalaani kitendo cha Nyanji kwenda kuanzisha vurugu kwenye familia ya watu, akidai kupinga ndoa ya Rose na kaka yake. Jambo hili ni baya sana, limeitia doa familia na zaidi ndoa yenyewe.

Nyanji umeivunja heshima yangu ambayo nimeijenga hata kabla sijafikiria kukuzaa. Nimesikitika sana, na hivyo nitamwadhibu tena Nyanji kwa viboko pindi majeraha yake ya sasa yatakapopona. Pia, nimeona kwamba, si busara kwa hali ilivyo sasa kuharakisha mambo. Nimeamua kusitisha mipango ya ndoa na harusi yenyewe mpaka pale mwenye harusi atakapokuwa tayari."

Familia nzima, isipokuwa mama, tulipiga makofi na kufurahi sana. Baba aliendelea, "Si jambo la kushangilia. Inatupasa tujitafakari kama familia, tunakosea wapi? Maana mara zote tumekuwa tukifanikisha ndoa za watoto wetu lakini hii inataka kuwa shida." Mama alinyanyuka na kuondoka. Kaka akatoa maoni yake,

"Mzee, ifike wakati tukubali kuwa nyakati zinabadilika na pia Richard ni msomi si kama mimi au si kama kijana yeyote hapa kijijini. Kwa hiyo tunapoongelea ndoa yake, ni lazima kwa kiasi kikubwa tumshirikishe. Mama ameondoka kwa sababu yeye ndiye mhimili wa Rose. Nataka niseme tu ukweli. Mimi namfahamu Rose, hafai hata kidogo.

Hutaniamini mpaka nikwambie Rose amewahi kutembea na mimi! Rose ni binti ambaye kila kijana hapa kijijini anamgombania kama mpira wa kona. Mimi namuunga mkono Richard. Ombi lake la kujiandaa huenda akampata mtu sahihi ambaye yeye binafsi atampenda na kuamua kuishi naye. Mzee naomba tulipe uzito suala hili zaidi ya kitu chochote, maana tusipoangalia tutapoteza ng'ombe tu halafu ndoa isiwepo, namfahamu Rose."

"Nimeshaambiwa kuhusu hilo ndiyo maana nikaamua tujitafakari kwanza, ila mama yenu bado anamwamini Rose."

"Binafsi nisingependa kuwa kinyume na matakwa yenu, matakwa ya mila zetu lakini kwa maisha ya sasa inatubidi tuzingatie na aina ya mtu unayemchukua. Rose hajasoma, japo hiyo siyo sababu lakini ukitafakari kwa kina utaona, shida ipo kwa sababu itanigharimu kumtengeneza ili aendane na mimi kwa maana kwamba awe na ufahamu wa mambo ili aweze kunisaidia hata katika kazi zangu pindi nisipokuwepo.

Pili, Rose anasemwa na kila mtu kwa tabia zake, inawezekana huonekana mwema kwenu lakini vijana ambao muda wote wako naye wanamsema vibaya. Binafsi, tangu mama aanze kunihusisha kumuoa

Rose, nimekuwa nikifanya uchunguzi na wengi hawaafiki hata kidogo, ndiyo maana hata mdogo wangu Nyanji ameamua kujitoa mhanga kwa ajili yangu. Alichokifanya si kizuri hata mimi sikupendezwa nacho lakini kwa moyo aliyouonesha katika kuitetea furaha ya kaka yake, nampa pole sana na namwombea radhi ikiwezekana umpunguzie adhabu.

Na mwisho, nimeshaongea na mama na nitaendelea kuongea naye na kadri siku zitakavyozidi kusonga, ataelewa. Pia, naomba niseme wazi japo si rasmi kuwa ninaye mchumba ambaye nimekuwa naye tangu mwaka wa kwanza chuoni na kwa jinsi alivyo, nidhamu yake, tabia na familia kwa ujumla mtampenda."

Wanafamilia wote walipiga makofi huku wengine wakipiga vigelegele. Wote kwa pamoja wakauliza, "Anaitwa nani?" Kabla sijawajibu, nilimwangalia baba ambaye muda wote alikuwa kimya akitushangaa!

"Anaitwa Merabu! Merabu ni binti wa Mzee John Malunde, Mwenyeji wa Morogoro na ni Mluguru kwa kabila lakini Mama Merabu ni Msukuma wa Mwanza. Ni familia nzuri, ina heshima na kwa kweli kuchangamana nao kama wakwe ni jambo ambalo haliwezi kuleta shida. Kwa kusema hayo naomba uyapokee maombi yangu."

Mzee alikaa kimya kidogo, kabla hajasema, "Ni sawa. Tupe muda tutafakari kama familia."

Kikao kiliisha, Mzee alituacha huku wadogo zangu wakiomba kuona picha za Merabu na ikiwezekana waongee naye kwenye simu. Tulifurahi sana pamoja na kwa kweli ilikuwa amani, japo niliwakata maini nilipowadokezea juu ya ukomo wa likizo yangu. Walitamani sana tuendelee kukaa pamoja hata mwaka mzima eti tu kwa sababu niliondoka nyumbani miaka mingi iliyopita tangu nikiwa sekondari. Niliwatoa wasiwasi, "Nikiwahi kazini, wakati mwingine nitaweza kuchukua likizo na kwamba nitakuja na Merabu."

Siku tatu baadaye tulikaa kikao kingine tena cha familia, mama akiwa mwenye furaha kuliko mtu yeyote. Niliwaaga, kila mtu alitamani niendelee kubaki lakini hakukuwa na namna.

"Mwanangu utaondoka, nakuruhusu, lakini kuhusu Rose nitaongea naye. Nina imani atakuwa mke bora kwako. Mimi sipendi tumhukumu kwa mambo yaliyopita. Hata wewe najua umewahi kuwa katika mahusiano na mabinti wengine. Tusivunje miiko yetu, tuzifuate mila zetu. Rose bado anakufaa kabisa, wala hakuna hoja ya kumkataa ila akiendelea na utovu wa nidhamu, hata mimi nitakuruhusu utafute mwanamke mwingine wa kabila letu; si hao unaowapenda wewe."

Kila mmoja alizidi kumshangaa mama japo sote tulionesha kumuunga mkono kwa shingo upande. Mama aliendelea kusema, "Baba unaondoka tena, mama hata hajafaidi kukaa na wewe si ungeenda hata mwaka kesho jamani?"

"Mama shule yetu inabana sana walimu, hivyo ninatakiwa nifike kabla ya wanafunzi ili wanapoanza kufika tuwapokee na kuhakikisha wako katika hali inayokubalika, mwezi Disemba siyo mbali."

"Siyo mbali kweli, kama tuliweza kuvumilia miaka yote hiyo leo miezi mitano tushindwe !" Mama alisema kwa utani japo ukweli anaujua kuwa mwezi Disemba ni mbali na hupata tabu asiponiona kwa muda mrefu ndiyo maana hunipigia simu mara kwa mara wakati wote nikiwa kazini.

Wote waliniaga kwa kuniombea na kunitakia kheri. Ilikuwa ni furaha iliyochanganyika na huzuni. Nyanji pasipo kujali majeraha yake, alikuwa mwenye furaha kupindukia, "Kaka nitaishi tu endapo wewe utakuwa na furaha." Maneno ya mdogo wangu huwa machache lakini yenye ujumbe mzito.

Tulitawanyika, kila mmoja alienda kulala. Mimi nilienda kujiandaa na safari, mara simu ikaita, alikuwa Rose. Akasema, "Najua umeambiwa mengi kuhusu mimi na mpaka mdogo wako amekuja kunivamia kwa sababu hataki mimi niolewe na wewe. Nataka nikuhakikishie kuwa mimi nakupenda na siko hivyo ambavyo watu wananipakazia. Naahidi nitakuwa mke mzuri wala sitakutenda jambo baya. Kweli kabisa naomba uniamini Richard!"

Kulipokucha niliwaaga ndugu zangu, japo kwa hali ya huzuni; nikaanza safari ya kurudi jijini Dar es Salaam.

Sura ya 9

"...hivi ni kweli nitampata binti mwenye kunipenda na kunipa thamani yangu? Mwenye kunipa amani na furaha ya maisha? Binti atakayeujua moyo wangu? Binti atakayenipenda katika nafasi yangu na kunifanya niwe mwanaume mwenye kujivunia ndoa?"

Nilipofika mjini, kituo cha kwanza kilikuwa kwa Pius. Nilimkuta na mpenzi wake, Neema. Tulisalimiana na kupiga stori.

"Lete habari za kijijini kaka." Nilikohoa kidogo, nikajiweka sawa, nikiwa mwingi wa furaha kukutana na rafiki yangu.

"Pius na shemeji Neema, kuna wakati unafika nafikiria na nina uhakika kabisa huenda maisha yangu ni ndoto, kwa kila linalonitokea siku hadi siku siamini kabisa. Jamani, mwenzenu si nyumbani wala kazini, kote nashambuliwa, napigwa kama debe. Kama mnavyoona, nimewahi kurudi walau nipumzishe akili."

"Hebu tuambie moja kwa moja nini kiliendelea baada ya kulazimishwa kufunga ndoa?" Pius aliuliza kwa msisitizo.

"Nimelazimika kusitisha likizo yangu na kurudi mjini si kwa sababu nimepumzika vya kutosha, bali niliona ningeendelea na likizo ningechanganyikiwa. Kuna mambo mawili ambayo yamenisaidia. Kwanza, ni mdogo wangu Nyanji. Nyanji aliniambia suala langu kwake ni dogo hivyo atalishughulikia. Alichokifanya ni kichekesho. Ni kweli Nyanji alinisaidia nisifunge ndoa ya kimila.

Sababu ya pili ambayo hata Nyanji aliiamini hata akaamua kunisaidia kwa moyo wote, ni shemeji hapa!" Pius alishtuka, "Huyu Neema au unamaanisha nani?" Neema naye akadakia, "Ilikuwaje tena kuhusu mimi?"

"Jamani, kwanza mnisamehe kwa sababu kwa mara ya kwanza nimemdanganya baba yangu. Inawezekana katika utoto wangu nilimdanganya na kumuibia hela kidogo ya kununulia ubuyu. Awamu hii ili kuondokana na baa la kumuoa Rose, niliamua kumtambulisha mchumba wangu kwao rasmi!"

"Ambaye ni Neema!" Pius akadakia, na wote wawili walicheka.

"Siyo hivyo!"

"Kumbe ilikuwaje?" Pius akauliza.

"Nilichokifanya ni kwamba, niliwatambulisha jina, nikawaambia, anaitwa Merabu John Malunde, mwenyeji wa Morogoro na walipotaka kumuona hapo ndipo kasheshe lilipoanzia. Niliwaza, nafanyaje! Kilichotokea ni kwamba, nilichukua simu. Nilipoifungua tu, nikakutana na picha ya shemeji yangu. Niliwaonesha picha ya Neema, walimkubali sana."

"Kwa hiyo itakuwaje shemeji usipompeleka Neema, ambaye ni Merabu?" Neema aliuliza huku akiniangalia kwa huzuni.

"Kila jambo limepangwa, ikitokea nimekosa, basi nitakupeleka wewe!" Tulicheka sana!

"Kwa kuwaambia kuhusu Merabu unahisi imekusaidia nini?" Pius akauliza tena.

"Kwa harakaharaka unaweza usigundue kitu, lakini kitu ambacho mimi nilikifanya, ni sawa kinaonekana kama uongo kwa baba lakini ilikuwa ni mbinu ya kutaka kujua kama kweli baba anakubali nioe msichana kutoka kabila jingine na alichokionesha ni kama hakufurahishwa japo nilisema mama yake Merabu ni Msukuma wa Mwanza."

"Hapo kweli ulifanya kitu cha maana, lakini nakuomba sasa suala la kuoa liwe kipaumbele chako. Tafuta msichana na kabla hujafanya uamuzi, nipe taarifa mimi ili tumchunguze kama anaendana na wewe." Pius alisema.

Kwa kweli Pius na Neema walinishauri mambo mengi na najivunia marafiki zangu hawa. "Lakini ukweli utabaki kuwa sijampata mwanamke wa kuoa na pindi nitakapomuona nitamjua na hakika nitauambia ulimwengu kuwa nimempata Merabu na nitamuoa mara moja." Baada ya kujisemea maneno hayo moyoni, tuliendelea na mambo mengine. Tulikula na kuburudika vya kutosha na kidogo nikawa naiona maana ya likizo. Nikaona nikae kwa Pius mpaka muda wa kufungua shule utakapofika.

Nikiwa pale, nilianza kuwaza kuhusu Merabu: Kama Rose simtaki na watu nimewaambia nina Merabu, yuko wapi huyu Merabu? Hivi ni kweli nitampata binti mwenye kunipenda na kunipa thamani yangu? Mwenye kunipa amani na furaha ya maisha? Binti atakayeujua moyo wangu? Binti atakayenipenda katika nafasi yangu na kunifanya niwe mwanaume mwenye kujivunia ndoa?

Najua siku nitakapompata binti huyo itakuwa mwisho wa mahangaiko yangu! Wanafunzi wataniheshimu, akina mama watu wazima wataniheshimu, yaani kila mtu ataniheshimu kwa sababu mimi ni mume wa mtu! Aah! Kumbe nawaza tu, ila nitampata tu mpenzi wangu! Nitampata na nitampa jina la Merabu, jina lililoniokoa na adha kubwa na pia kwa kuwa nyumbani wanamfahamu hivyo. Lakini akikataa sitamlazimisha. Watu watanielewa na cha msingi nisikate tamaa wala kudhani kwamba nina mikosi.

Wakati najisemea mambo yote hayo moyoni, simu yangu iliita. Nikaiangalia, alikuwa mwalimu Sering'ombe. Haikuwa kawaida yake kunipigia simu hivyo niliipokea nikiwa na shauku kubwa ya kutaka kujua alichokuwa anataka kuniambia.

"Hongera kwa likizo!"

"Asante, hongera pia kaka Sering'ombe!"

"Asante!" Alinijibu, "Utaniwia radhi kwa kukuharibia ratiba zako, kwa sasa uko wapi maana ingependeza zaidi tukikutana, nina shida na wewe!"

Kuna nini? Au anataka kunituhumu tena kuhusu mke wake? "Nipo, nimesharudi tayari japo sipo Bagamoyo."

"Ni vyema. Basi naomba kabla hatujafungua shule, panga siku uje kwangu au kama utaweza njoo kesho ni muhimu sana. Na kama utashindwa, niambie nije. Nitakuja popote ulipo!"

"Sawa kaka" Nilimkubalia Sering'ombe huku nikiwa na mawazo chungu nzima, nikijaribu kufikiria nini kimetokea.

Wakati huo Pius alirudi kutoka sokoni. Tuliosha matunda aliyokuja nayo na kuanza kuyamenya na kuyakatakata. Tulianza kula embe huku tukiongea mambo kadha wa kadha.

"Pius nimepigiwa simu na mwalimu mwenzangu ananiomba niende kwake na hajaniambia kwanini ananiita!"

"Mwalimu nani?" Pius aliuliza kwa mshangao mkubwa huku akiashiria kucheka. Nadhani alitaka kusema mambo yako yameanza.

"Ni mwalimu wa michezo, Bwana Sering'ombe!"

"Aaah! Kumbe siku hizi naye ameamua kuwa mwanaume maana uliniambia anapenda sana umbea." Tulicheka.

"Ni muhimu kuishi kama mwanaume halisi kama wewe ni mwanaume kweli. Nenda kamsikilize. Kwani kasema uende lini?" Pius aliuliza.

"Amesema kuanzia kesho lakini iwe kabla ya kufungua shule. Nimepanga niende kesho ili nijue mapema kama kuna majanga au vipi! Nikirudi nitakuelezea yaliyonitokea bwenini kama nilivyokuahidi wakati naelekea likizo!"

"Poa kaka, natumai hapatakuwa na shida kubwa, wewe utaenda umuone." Sote tulikubaliana, mpango ukawa niende kwa mwalimu Sering'ombe mapema kesho. Tuliachana na habari za Sering'ombe, Pius akaanza kuzungumzia habari zake na mpenzi wake Neema.

"Nakuombea upate binti kama Neema utafurahia sana maisha. Kuna vitu ambavyo mpenzi wako si lazima umuombe akufanyie, wakati wowote itatokea tu kama *surprise* anakuwa ameshakufanyia na hivyo ndivyo mapenzi ya kweli yalivyo. Ukikutana na msichana ambaye kila kitu lazima umwambie na wakati ni wajibu wake, basi hapo ukae ukijua hupendwi!"

"Unachokisema ni kweli Pius, sema hiyo bahati huwa iko kwa watu wachache kama ninyi, unajua umebahatika sana kumpata Neema, na mimi nina matumaini Merabu wangu atakuwa zaidi ya Neema, atakuwa mwanamke ambaye kila ninaloliwaza na yeye ataliwaza, hakika nitafurahi sana kumpata Merabu." Tulicheka sana.

"Merabu kwako ni mwanamke wa kusadikika lakini nakwambia ukweli, siku ukimwona utamjua tu. Utajua kweli kuwa huyo ndiye mwanamke wa ndoto zako. Utajua kweli kuwa huyo ndiye Merabu unayemtaka.

Pia, ukumbuke mwanamke hutengenezwa. Unaweza ukampata akawa hana ile akili ya kujiongeza kwa harakaharaka lakini kwa kuwa unampenda na unataka awe na sifa fulani basi wewe unamwanzishia. Unakuwa na sifa hizo na yeye atabadilika. Atajua mahitaji yako na hakika atakuwa Merabu wa kweli.

Na mfano halisi ni huu, unaona nilienda sokoni kununua mahitaji ya ndani ambapo alipaswa yeye aende, si hivyo tu, siku nyingine napika, nafua nguo na kadhalika. Kuna kazi nyingi ambazo wanaume hatuzifanyi tukisingizia ni za wanawake, mwisho wake mwanamke anafanya kazi nyingi sana anachoka, na ndiyo kupelekea kutokuwa na amani, usiku anakuwa amechoka sana huku wewe ukiwa unataka haki yako. Akikunyima vurugu inaanza.

Ndoa si kama watu wanavyoichukulia, ukiiendea kwa pupa inakuwa ngumu, lakini ukiwa muelewa na ukajitoa kushirikiana na mwenzi wako, basi mtafaidi maisha. Mtajihisi dunia nzima mko wawili tu!"

"Ukweli Pius, nahitaji mwanamke ambaye atanielewa mimi ni nani na atakayeujua moyo wangu. Mwanamke ambaye hata kama nitakuwa nina shida kiasi gani awe wa kwanza kunisaidia. Si kwamba asikie nina shida ndiyo iwe kama adhabu tena. Nina uhakika Merabu atakuwa na sifa hizo! Na zaidi nitayafanya yote unayoyafanya wewe na hata tukipata mtoto nitamuogesha na kumfunga nepi!"

Sote tulicheka sana huku tukiendelea kufaidi matunda.

"Maneno huumba na mara nyingi Mungu hutoa kwa kiasi cha maombi ya mtu, yaani utapata kadri unavyoomba huwezi kuzidishiwa. Nina imani utampata Merabu wa moyo wako. Merabu mwenye nguvu, moyo wa dhahabu na mwenye upendo wa dhati."

"Ni kweli Pius, najua ipo siku nitampata tu maana tayari nimeshaanza kuwaza sana juu ya suala hili. Ninaomba bila kukoma Mungu anipe mwanamke ambaye atakuwa Merabu wa maisha yangu; mvua ikinyesha inatunyeshea sote, njaa ikiingia inatupiga sote. Kama nikiugua basi na yeye augue, na iwe zaidi ya watoto mapacha wa kufanana. Merabu wangu akija atanifahamu na mimi nitamfahamu. Hakika atakuwa sehemu yangu na mimi sehemu yake." Pius alicheka.

"Kijana usiwaze sana mwisho utachanganyikiwa. Ni kweli unahitaji mwanamke mzuri, mrembo na mwenye utajiri wa moyo wa upendo. Sifa zote zinawezekana kuwa ndani ya mtu mmoja, yupo mahali anakusubiri lakini kumpata ndiyo tabu. Hata Neema wangu hakuwa hivi alivyo, ni mimi niliyemtengeneza na kwa kuwa wewe umekuwa karibu yangu, nadhani umekuwa ukiona ni namna gani hapo mwanzo tulivyokuwa tukigombana na wakati fulani wewe unatusuluhisha na yote hayo sasa hayapo!

Upande wa pili, hata sisi wanaume, tunawasingizia sana wapenzi wetu na inawezekana tukawa hatuna hizo sifa tunazozitaka kwa wapenzi wetu."

"Unamaanisha nini Pius?" Nilimuuliza huku nikiwa na shauku aendelee kuzungumza maana maneno yake yalinivutia sana.

"Ni kweli, sisi sote ni binadamu tumeumbwa na kasoro nyingi na utimilifu tunaoutaka ni lazima tuupate kwa wenzetu ndiyo maana ya kuwepo mwanamke na mwanaume. Hakuna aliyekamilika lakini mkikaa wawili mnatengeneza kitu kizima kimoja na kati yenu utimilifu huonekana na maisha yanakuwa mazuri. Cha msingi tu ni kujishusha kama kweli unataka mwenzako akuelewe na awe aina yako.

"Ni kweli Pius, hata mimi si mbishi kama unavyofahamu. Hapa nalia nahitaji mwanamke. Nikimpata, nitamuenzi na kumtunza. Nitahakikisha anakuwa Merabu wa moyo wangu." Wakati huo Pius alipokea simu na nilihisi ni simu kutoka kwa Neema. Aliongea kwa muda mrefu sana, tabasamu kubwa na vicheko vingi, nilikuwa namfurahia alivyokuwa akiongea.

"Natamani kuwa Pius, niwe na Neema, mwanamke anayenielewa. Mwanamke ambaye hata mapigo ya moyo wangu yakienda kasi anajua. Kweli Pius na Neema wanapendana. Tumemwongelea kidogo tu tayari ameshajua na amepiga simu. Laiti nikimpata Merabu, akawa na sifa hizi kama za Neema, nitatamani mbingu inichukue na Merabu wangu hadi kwenye nchi isiyokuwa na wanaharamu wanadamu wasiopenda wanadamu wenzao, ambako nitakaa na Merabu na kuijaza nchi ile wawili. Hakika itakuwa nchi yenye kizazi tiifu. Mungu aisikie sala yangu, asikie kilio changu. Hakika namhitaji Merabu kwa haraka sana."

Nilikuwa najisemea tu moyoni. Mara Pius alimaliza kuongea.

"Samahani sana nimetumia muda mwingi kuongea. Neema ameshafika nyumbani tayari!"

"Anasemaje?" nilisema huku nikiachia tabasamu kubwa. Pius alicheka tu.

"Yote unayafahamu. Amefika na anasema usiondoke kesho atakuja. Kaniambia akukute ili akupikie."

"Kesho naenda kwa Sering'ombe, sasa itakuwaje?"

"Wala usiwaze Neema atakuwa hapa muda wote kesho na mpaka kesho kutwa. Wewe utaenda, ukirudi utamkuta"

"Ni sawa Pius, lakini ningependa kwa kuwa anakuja kwa ajili yangu nikae naye muda mwingi ili walau na mimi nijisikie kama niko na Merabu." Pius alicheka sana.

Mapema asubuhi siku iliyofuata, nilianza safari ya kuelekea Bagamoyo kwa mwalimu Sering'ombe. Nilikuwa nawaza na kutafakari mambo mengi njia nzima. Nilimwomba Mungu anipunguzie adha ya maisha kwani nimekuwa na vikwazo kila kukicha. Mawazo yalikatika baada ya mwalimu Kayombo kupanda kwenye daladala.

"Habari ya likizo!"

"Njema sana Kayombo, na ni mapenzi ya Mungu tu, nimesafiri na kurudi salama."

"Ni jambo jema la kumshukuru Mungu! Kulikoni Bagamoyo kwetu mapema hivi au ulipigiwa simu?"

Nilipigiwa simu? Niliwaza.

"Mmh! Hapana ninaenda kwa jamaa mmoja yupo maeneo ya msalabani, nikitoka hapo nitazungukia shuleni, nikapaone kisha nitarudi mjini."

"Ni vyema, nikadhani walikupigia simu! Hata hivyo wewe huku Bagamoyo huna jamaa zaidi ya Sering'ombe. Bila shaka anataka ukamsaidie ndoa yake. Na wewe hata hujaoa sijui utamsaidia nini! Mimi nilishamwambia achague wake wengi amwache aliyenaye au akae na mke wake aache njiapanda zake. Hasikii na wala hajifunzi."

Wewe ni vuvuzela kweli, kipi hukijui? Nilijisemea moyoni.

"Utabiri wako si sahihi." Tulicheka.

"Hukwenda likizo, nini kilitokea huku nyuma?"

"Hakuna kitu ila nasikia kulikuwa na kikao cha bodi ya shule na kwa kuwa mimi si mjumbe siwezi kujua nini walizungumza. Kama unavyojua shuleni kwetu mambo yanaendeshwa sawia kabisa na wanavyofanya usalama wa taifa."

"Ni kweli Kayombo, na sidhani kama kuna jambo baya sana ambalo linaweza kutokea kwani tulifunga shule bila wakuu kuzungumza chochote."

"Lakini huwezi kujua, mpaka bodi ya shule inakaa panakuwa na agenda nyingi na kawaida ya shule yetu jambo linaweza kutokea likakaa hata miezi sita ndiyo likazungumziwa na hata sasa najua kuna jambo kubwa tu, si unakumbuka kuna baadhi ya kesi hatukuzizungumzia siku ya kikao cha walimu, fununu zipo kuhusu mambo yaliyotokea bwenini na hili suala litang'oa watu!" Alisema Kayombo.

"Tungoje tuone nini kitatokea."

Wakati huo mwalimu Kayombo aliteremka maana alikuwa amefika kwenye kituo alichokuwa anaenda. Niliendelea kuwaza sana; mawazo yalikizidia kichwa changu nisipate majibu, "Bodi ya shule, sakata la bweninini na mtu atang'oka." Nilijisemea.

Maneno ya Kayombo yalizidi kukipekecha kichwa changu. Nilifika njia panda ya kuelekea shuleni kwetu, nilishuka na kwenda moja kwa moja kwa mwalimu Sering'ombe. Nilifika, nikabisha hodi, palikuwa kimya sana.

Nikapiga simu. Simu iliita mpaka nje nikawa naisikia.

Baada ya muda mfupi, mwalimu Sering'ombe alitoka nje akanikaribisha.

"Samahani sana mwalimu Richard najua nimekuharibia ratiba zako na nimekufanya uwaze sana juu ya jambo usilolijua."

"Bila samahani kaka. Nyumbani hapa hawajambo, mbona kimya sana?" Akasita kusema,

"Hebu karibia ndani kwanza."

Tuliingia ndani, akajiandaa vizuri maana ndiyo kwanza alikuwa katoka kuoga. Nilimsubiri kwa muda nikiwa naangalia televisheni. Akatoka chumbani, akaandaa kinywaji tukaanza kunywa. Wakati huo nilijua wazi alikuwa anataka kuniambia jambo lakini asijue pa kuanzia.

"Ndugu yangu nimetoka kijijini kwetu, ni wazima!"

"Aah! Samahani sana, ujue kaka siko hapa kiukweli. Nina mawazo mengi sana mpaka nashindwa kuuliza mambo ya msingi, nisamehe sana ndugu yangu lakini bila shaka najua nyumbani, baba na mama na ndugu zako hawajambo."

"Hawajambo kabisa wanakusalimu tu!"

"Asante sana Richard! Naomba nisipoteze muda zaidi, ndugu yangu. Nimekuita hapa nina matatizo, na wewe pekee ndiye ninadhani utaweza kunisaidia!"

"Nini tena Sering'ombe?" Niliuliza kwa hofu sana.

"Si pesa wala maradhi, ni familia yangu."

"Imekuwaje tena ndugu yangu?"

"Richard mpaka sasa. Au niseme tu kwa kifupi, mke wangu ameniacha!"

"Amekuacha?" Nilimuuliza kwa mshangao.

"Leo ni takribani wiki mbili, si kwamba kaenda likizo, bali ameamua kuvunja ndoa. Kamchukua mwanetu na kuondoka naye. Nilijaribu kila mbinu ikashindikana, nipo hapa nawaza sijui la kufanya. Nampenda sana mke wangu lakini anashindwa kunielewa mimi nataka nini! Anashindwa kunielewa mimi ni mtu wa aina gani! Mke wangu ameshindwa kunisamehe makosa yote ya nyuma. Ameamua kuondoka kwa sababu mimi ni malaya, lakini ukweli wa Mungu kwa sasa siko hivyo kaka, nimebadilika sana tangu uliponishauri."

"Pole sana, sasa tofauti na kesi za kipindi kile ilikuwaje tena wakati huu?"

"Ndugu yangu ni mambo ya ajabu sana, yananitesa na hakika nimeamua ndoa basi tena."

"Usiseme hivyo Sering'ombe, hebu niambie nini kilitokea."

"Siku moja nikiwa naoga chumbani, simu yangu ilikuwa sebuleni, ikaita. Mke wangu akaipokea. Wakati natoka nilifikia kwenye kibao, alinichapa makofi matatu bila huruma na mimi sikumrudishia kwa sababu sikujua kwa nini ananipiga. Nilijaribu kuvumilia labda pengine angeniambia. Mara wakati huo nikiwa nimekaa pale nikijaribu kutafakari, simu iliita tena. "Naomba hiyo simu" Nikakataa. Akasema, "Kama hunipi ipokee uweke sauti ya juu sote tusikie." Niliipokea, sauti ya mtoto wa kike ikasikika, "Mwalimu Seri, nakuhitaji uje mjini leo nitakuwa huru sana wazazi wangu hawapo. Nitakupa maziwa ambayo ng'ombe mzee hawezi kukamuliwa."

Nikiwa nimeduwaa sijajibu chochote, mke wangu akasema, "Mimi ni ng'ombe mzee siwezi kutoa maziwa. Sasa basi, naondoka ili uwatafute hao ndama wanaoweza kutoa maziwa ya sukari wakunyonyeshe."

Nilimsihi asinihukumu kwa jambo asilolijua. Nikamwomba tukae chini tuzungumze angalau nimwambie aliyepiga ni nani na kwa nini ananifanyia hivi! Nilimwambia kuwa nampenda na wala sina mwanamke mwingine mtaani zaidi yake. Mke wangu hakunisikiliza aliendelea kubwatuka, 'Shule imefungwa, uliona wamebanwa getini, kwa hiyo sasa hivi wako nyumbani ndiyo wakati wenu wa kukutana. Hapa huwezi kunieleza kitu malaya mwanaume wewe! Yaani unaona mimi sina thamani kwenye nyumba yako. Eti nyumba yako! Bora hata ingekuwa yako. Nakupikia chakula na kukufulia nguo. Unaona yote hayo hayatoshi unadiriki kuchukua mwanafunzi unamlinganisha na mimi? Aibu gani hii? Nitaificha wapi sura yangu mimi? Kwa nini lakini Seri unanifanyia hivi? Sasa, naondoka nakuachia nyumba, ili hao wanafunzi ambao unawaona ni warembo zaidi kuliko mimi uwaoe. Uwe huru muda wote hata kama kwa siku watakuwa wanaingia kumi sawa tu. Nimechoka na kwa taarifa yako, huyu mtoto si wa kwako! Naondoka na usinijue, tusijuane.'

Nilishtuka sana, nikayakumbuka maneno yako Richard, wakati huo mke wangu analia sana, pia nililia sana kwa sababu mke wangu haujui ukweli. Hajui kwa nini imetokea vile na mbaya zaidi hata mtoto niliyekuwa najivunia, naye naambiwa siyo wangu. Kwa kweli hicho ndicho kisa kilichomfanya mke wangu akaenda nyumbani kwao. Nimekuita hapa unisaidie kama utaweza twende sote ukweni."

"Pole sana Sering'ombe kwa mkasa huo. Halafu kuna kitu hakijaeleweka hapa. Huyo binti aliyepiga simu ni nani?"

"Hata mimi sijui ni nani na kila nikijaribu kupiga simu yake haipatikani na pia haioneshi jina la usajili. Na inaonesha ni watu wawili tofauti, kwa sababu mke wangu alipokea simu nikiwa chumbani naoga, ni namba tofauti na hii ya pili. Ukweli sijui kabisa na kusema kwamba labda nilikuwa na miadi na wanafunzi si kweli kabisa.

Kaka tokea mkasa wa kwanza mimi na wanafunzi tena niko nao mbali sana, lakini mke wangu hataki kuamini. Anajua bado nina mahusiano na wanafunzi. Ukweli wa Mungu kabisa, kaka wewe ni shahidi kabisa, sina mpango wowote na wanafunzi na wala katika maisha na kazi yangu ya ualimu sitafanya tena vitendo hivyo. Nimevunja familia yangu kwa sababu ya wanafunzi. Kweli najuta kwa nini nilimsaliti mke wangu, sasa malipo nayapata." Laiti kama Sering'ombe angejua hata mimi buibui walinitafuta! Sijui nimwambie kilichonitokea bwenini usiku wa kuamkia siku ya kufunga shule? Ila atakuwa anajua tu kama Kayombo anajua iweje yeye asijue! Siri hii ni Sista Margaret na buibui pekee ndiyo wanaoijua, lakini sijui Vuvuzela aliijuaje!"

"Pole sana kwa masaibu haya Sering'ombe. Una vita kali kwa sababu humjui adui yako ni nani. Pili, mkeo hataki kukuamini. Laiti moja kati ya pande hizi mbili ingekuwa na utatuzi, tatizo lisingekuwepo. Kwanza mkeo aelewe na kuamini kuwa wewe hutembei na wanafunzi na ajue wazi kuwa aliyepiga ile simu ni nani! Lakini pia kwa upande wa pili, binti aliyepiga simu afahamike, kisha kumfahamu kama ni mwanafunzi kweli, umuonye ajue kuwa wewe tabia hizo hufanyi, na hili ndilo suluhisho la tatizo lako. Huwezi kusema ukimbilie ukweni. Utaulizwa na utakosa majibu. Hebu kaa chini ufikirie huyu binti ni nani anayekupigia simu, na kwa kuwa hajui kama kwako mambo yameharibika itikia wito wake ukakutane naye maana inaonesha anakufahamu na wewe unamfahamu."

"Kaka umenifumbua macho, na nilijua tu kwamba nikikutana na wewe tatizo langu litaisha. Asante sana nitafanya kama ulivyonishauri." Hatukuwa na mazungumzo marefu sana. Niliondoka nikiwa najiuliza mambo mengi sana. Nikatambua ndiyo maana Waswahili wanasema nyumba ni mama. Nyumba haikuwa safi, vitu vimezagaa, sofa vumbi yaani bila mkewe, Mwalimu Sering'ombe anakuwa rafu sana. Nikawaza tena ina maana buibui bado wanaendelea na ujinga wao hata wakiwa likizo? Au huyu mtoto ni nani? Inabidi tumfahamu na tutamfanyia kitu ambacho hatokisahau kwenye maisha yake yote!"

Nilirejea Dar es Salaam kwa rafiki yangu Pius.

Sura ya 10

"Richard, wewe ni mpole na unaonekana una akili sana. Bila shaka wewe ni mwalimu!"

Nilifika nyumbani kwa Pius, nilimkuta Neema anapika chakula. Pius naye akafika kwani alikuwa ametoka kidogo. Pius alinisalimu akiwa mchangamfu sana, "Kweli Mungu hamtupi mja wake. Hakika humjibu kila aombaye!"

"Kwa nini unasema hivyo Pius?"

"Niambie kwanza uliyoyakuta Bagamoyo kisha nitakwambia."

"Pius na shemeji yangu Neema, Bagamoyo nimekutana na visa vya Sering'ombe na mke wake tutavizungumzia baadaye, lakini kama nilivyokuahidi Pius, nataka niwasimulie tukio kubwa lililotokea usiku wa kuamkia siku ya kufunga shule. Naomba tu mnisamehe kwa kuwaficha maana najua matokeo yake ni kufukuzwa kazi na kwa sasa sina uwezo wa kujitegemea, najua nitakuja kwenu!" Pius na Neema, wote wawili walinipa pole.

"Nakumbuka kila mara umekuwa ukitaka kuniambia lakini tunakosa muda, hebu tueleze kulikoni!" Pius aliuliza kwa shauku kubwa.

"Wakati naelekea Bagamoyo, njiani nilionana na mwalimu Kayombo, mwalimu mmoja ambaye anapenda sana sifa. Alinikumbusha kisa kimoja na kusisitiza kuwa lazima tukio hilo litang'oa mtu ambaye nahisi ni mimi, japo hakusema waziwazi."

"Kwani ni tukio gani?" Nilikaa kimya kidogo, "Jambo lenyewe ni la aibu sana hata kuelezea, naomba niwaambie kwa ufupi tu. Usiku huo nilikuwa nasimamia maandalizi ya masomo ya usiku. Nikapigiwa simu na Rose, nikaipokea. Wakati naongea naye, nikawa natembea taratibu kama naelekea kwenye mabweni. Ghafla nikaona taa za bweni wanalolala buibui zinawaka na kuzima, nikajua ni hitilafu katika mfumo wa umeme.

Nikataka kusogea ili nithibitishe kisha nitoe taarifa mapema kwa uongozi na matengenezo yafanyike. Nilisogea mpaka mlangoni, taa zikawaka moja kwa moja, na kwa kuwa kulikuwa na dalili za kuwemo mwanafunzi, nilitaka kujua kwa nini mwanafunzi huyu hayupo darasani wakati wanafunzi wote wanajisomea.

Niliingia nikakuta hali ya ukimya sana, nikatembea mpaka karibia mwisho wa bweni, nilichokiona ni aibu kubwa. Huwezi amini, buibui waliponiona wakadondosha khanga! Wakabaki kama walivyozaliwa. Nilitahamaki na kudondoka, sasa wakati nainuka tayari Sista Margaret naye alikuwepo. Kumbe na yeye alikuwa anafuatilia huo mchezo wa taa zima, taa waka. Sasa, mwalimu Kayombo kaniambia kuwa bodi ya shule ilikaa kujadili mambo mengi tu likiwemo suala hilo la wanafunzi kukutwa wazi maungoni na mimi mwalimu wa kiume nikiwa bwenini humo.

Kwa hiyo ndugu zangu mimi nilisaini mkataba mwezi uliopita na niliposafiri nilitumia pesa yangu yote. Najua nitafukuzwa kazi, nawaombeni muwe tayari kunipokea."

"Pole sana shemeji Richard. Mimi naamini hukuwa umepanga kufanya hilo jambo na wala si tabia yako. Uongozi wa shule utachunguza na kuona chanzo na naamini haki itatendeka." Neema alinitia moyo.

"Kwa upande wangu, sina hata wasiwasi ndiyo maana mlifunga shule bila kuliongelea. Najua kama kutakuwa na kesi basi ni kwa hao watoto wanaojiita buibui wala si wewe. Hebu naomba usiwazie tena suala hilo. Subiri shule ikifunguliwa utajua. Ila kwingineko, katika matembezi yangu, nimemwona Merabu!" Sote watatu tulipasuka kicheko. Tulicheka sana, huku Pius akionesha kuwa thabiti na kile alichokisema.

"Kweli Richard, kuna binti ambaye ni rafiki yangu sana, Neema anamjua. Nimefika kwake leo. Wakati tunaongea nikapata wazo kwamba anaweza kuwa mke wako!" Kabla Pius hajaendelea, Neema akadakia, "Unamaanisha Emmanuela?"

"Richard! Wewe ni rafiki yangu. Najua ni kiasi gani unahitaji kumpata Merabu wa moyo wako. Najua kabisa ni mwanamke wa aina gani anayeweza kukufaa wewe, kwa nidhamu na utulivu wako. Niliyemwona anakufaa sana!" Pius alisema huku akiashiria kunikonyeza.

"Ni kweli, kama ni Emmanuela anamfaa sana shemeji Richard, ila ugumu utakuwa ni namna ya kumwambia maana siku hizi binti hatafutiwi mume! Na kwa simulizi ya Emmanuela, sidhani kama atakubali ila akikubali, utakuwa umepata jiko baba! Emmanuela ni msichana msomi aliyejitunza sana."

Niliwasikiliza kwa makini huku nikipata shauku ya kumjua Emmanuela ambaye wanamwongelea.

"Emmanuela yuko wapi na tunaweza kwenda kwake?"

"Emmanuela yupo na ninalijua tatizo lake kwa sababu hata mimi alishawahi kunisimulia maisha yake. Najua nitamshawishi na atakubali kuwa na wewe. Kabla hatujaenda mbali kulikoni kwa mwalimu Sering'ombe?"

"Kwa kweli mshike sana Neema, usimuudhi. Nimegundua kwamba mwanamke huwa ana tabia ya kukusanya makosa ya nyuma uliyowahi kumfanyia hata kama ni madogo kiasi gani, siku hasira yake ikimfika shingoni utamkimbia au atakukimbia. Pius, mpaka dakika hii Sering'ombe hana mbele wala nyuma, mke wake ameondoka"

"Kwa nini?" Pius aliuliza, huku Neema akipakua chakula.

"Sering'ombe alipigiwa simu na mwanafunzi akimhitaji wakutane kama walivyokubaliana. Kwa bahati mbaya ile simu ilipokelewa na mke wake."

"Kwa hiyo unataka kuniambia, ni hivyo tu akaamua kuvunja ndoa?" Pius aliuliza kwa msisitizo. "Hapo mwanzo alimkamata akivusha wanafunzi, na hilo ndilo jambo lililokuwa linamkera zaidi mkewe ndiyo maana akaamua kuondoka."

"Kwa hiyo mmefikia uamuzi gani?" Pius aliendelea kuuliza.

"Mpango uliopo ni kumfahamu huyo binti ni nani na pili kwenda ukweni kumshawishi mke wake! Hiyo ndiyo hali niliyoikuta kwa mwalimu Sering'ombe."

"Kweli ndoa ni kubahatisha, ila ninaona ni muhimu pande zote mbili zikashirikiana hasa katika suala la kuaminiana na kupendana kwa dhati."

"Ni kweli Pius!"

Neema akadakia, "Nimewasikiliza kwa muda mrefu, suala la mwalimu Sering'ombe limenigusa sana. Unajua shemeji, sisi wanawake tuna wivu sana, hakuna kitu ambacho mwanamke hujisikia vibaya kufanyiwa kama mume wake kutembea na mwanamke mwingine. Yaani huwa tunajisikia vibaya sana. Hivi jiulize, mume wako uko naye kila siku, unamfanyia kila kitu, anakosa nini mpaka anadiriki kutembea nje ya ndoa? Shemeji inauma sana. Hata hivyo, kama mke wake hakuwa na ushahidi atakuwa amekosea kuvunja ndoa. Angekaa wakaelewana ili watoto wao wafaidi malezi ya baba na mama. Sering'ombe naye aache mambo ya ujana ni mtu mzima sasa. Wanafunzi wa nini? Inauma shemeji!"

Neema hakuonesha uvumilivu katika suala hili, ikambidi aseme ukweli wake. Na huo ndio ukweli maana kama mtu umefikia uamuzi wa kuwa na mtu kama mume au mke basi hao wengine wote hawafai na mwenza wako pekee ndiye anayefaa kuliko wote.

"Kwa hiyo Neema, hata mimi ukinibaini utaniacha? Hutonisamehe?" Pius akachangia.

"Yaani Pius najua unanifahamu. Hakika siwezi kuruhusu uende na mwanamke mwingine. Nitakusamehe tu kwa kuwa nakupenda ila ikitokea hivyo nitaumia sana." Neema alisema kwa unyonge sana. Pius na mpenzi wake wanataniana japo ukweli wanaujua kwamba palipo na udanganyifu mapenzi hayawezi kuwepo.

Niliona tabasamu la Neema likififia kwa kumtetea mwanamke mwenzake.

"Tuachane na hayo, tupange ni siku gani tunaenda kwa Emmanuela na baada ya hapo tupange mkakati wa kumsaidia Sering'ombe, maana tusipomsaidia atakosa mke."

"Kwa Emmanuela si mbali sana, baada ya chakula twende." Tulikula na baada ya chakula, tukaongoza njia taratibu tukielekea mtaa wa pili kukutana na Emmanuela. Wakati tukiwa njiani, Pius akaniambia, "Richard, wakati tunazungumza sikutaka shemeji yako aelewe ni nani niliyemwona."

"Ina maana sio Emmanuela tena? Ni nani kumbe?"

"Tulia kaka! Neema anampenda sana rafiki yake Emmanuela, ila kiukweli yule binti ana kiburi na kwa ninavyokufahamu wewe yule atakusumbua." Alisema Pius kwa msisitizo huku akinishika mabegani na kuendelea kunisimulia, "Emmanuela ni mzaliwa pekee wa familia ya Mzee Lukamba, na wazazi wake ni watu wa serikalini. Hivyo, yeye hana shida na mtu wa chini. Elimu na pesa zake ndivyo vinavyomponza na kiburi alichorithi kwa mama yake ndiyo mwisho wa maneno. Nampa pole mwanaume atakayemuoa." Pius alisema huku akicheka kwa dharau sana.

"Kama ni kweli kwa nini Neema anataka nimuoe Emmanuela?"

"Anataka kumsaidia kuficha aibu yake. Ukimuona hutoamini, amekulia nyumbani na huyu akijichanganya tu kidogo akakutana na wapigaji, atazalia nyumbani uzao wake wote. Hatapata muoaji!"

"Uliyemuona wewe ni nani sasa ambaye ni kiboko ya Emmanuela?"

"Yupo binti mmoja anaitwa Lali!"

"Lali? Hili jina sijui atakuwa kabila gani?" Nilijiuliza maswali mengi moyoni, nikawa na shauku ya kutaka kumjua Lali ambaye Pius ananipeleka kumuona. Kabla sijamuuliza, Pius alipigiwa simu akasogea pembeni mwa barabara akawa anaongea. Kwa kuwa yalikuwa mazungumzo marefu, njia nzima aliongea na mimi nikawa najaribu kuitafakari na kuichora picha ya Lali anavyoonekana.

"Lali. Merabu. Merabu Lali. Lali atakuwa ni binti mrembo sana, mwenye mvuto wa hali ya juu ambaye nikimuona tu, nitavutiwa naye. Lali atakuwa Merabu wangu, na ninamwomba Mungu awe ni aina ya mwanamke ninayempenda, awe wa kati si mnene wala mwembamba sana. Awe mcheshi na mwenye upendo wa dhati, kweli Lali akiwa hivyo nitafurahi sana, na kazi yangu itakuwa moja tu, kumshawishi anikubali na kwa haraka sana mipango ya ndoa itaanza. Sitaki kuchelewesha mambo. Nahitaji mke mapema sana. Namhitaji Merabu!" Nilijisemea moyoni.

Wakati nawaza yote hayo, Pius alikuwa amesisimama sehemu akiwa anaongea kwa simu. Mimi nilikuwa mbele ikanibidi nisimame nimsubiri amalize maongezi. Nikiwa namsubiri, pembeni kulikuwa na duka la nafaka, watu kadhaa walikuwepo wakiangalia mchele, kulikuwa na binti mmoja nadhani ndiye aliyekuwa muuza duka. Alikuwa akiongea na wateja wake kwa sauti ya juu sana. Watu wakipita barabarani anawasalimia kwa bashasha.

"Karibuni mchele supa kutoka Mbeya. Leo kilo napima kwa bei nafuu. Familia nzima washibe. Yapo mafuta ya kula ya Korie, jumla na rejareja. Unga wa ngano na sembe, jipatie kila kitu hapa." Binti huyu alinivutia kiasi, nikakumbuka somo la ujasiriamali wakati nasoma chuo kikuu. Niliona binti huyo anajua anachokifanya, ni mjasiriamali wa kweli na anawajali wateja na kila kitu. Pius alifika akanikuta nimeduwaa. Akanishika bega, "Twende"

Tukaanza kwenda. Hatua kadhaa mbele Pius akaniambia, "Hebu tupite hapa." Hata kabla Pius hajasema neno, yule binti akadakia kwa mbali,

"Karibuni wateja wangu wazuri. Leo nina kila kitu kizuri, nimeleta mchele kutoka Mbeya, lakini pia sembe ipo. Shikamoo!" Alisalimia kwa heshima, Pius akaitikia,

"Hujambo mama?"

"Sijambo!" Binti aliitikia, huku akimwaga tabasamu la nguvu na kusema, "Karibuni." Hapo nilikuwa nimehama kimawazo nikimtafakari sana binti, na kwa kuwa nilikuwa namuona kwa karibu, alinigusa sana katika moyo wangu. Niliwaza inawezekanaje binti mrembo kama huyu kuuza duka huku akionesha kipaji cha hali ya juu katika mauzo?" Wakati huo, Pius akamwambia binti, "Nimekukumbuka sana, nimepita kukusalimia."

"*Wow*! Asante sana, nilijua umenitenga. Nashukuru kwa kunisalimia, na huyu ni nani? Mbona yuko kimya? Hapa sipendi watu wakimya. Si unaona mimi muda wote napayukapayuka kama kichaa? Hayo ndiyo maisha yangu. Nikiongea sana napata wateja wengi. Napenda kucheka na watu kwa sababu nikinuna hawatanunua mchele wangu. Na wasipo nunua, biashara hii nitaifunga na nikiifunga sitakuwa na pa kuishi! Heri yenu wenye mishahara hamna wasiwasi na maisha, acha mimi nipambane na nafaka." Binti aliongea bila kuulizwa, anapenda sana kuongea mfululizo. Inamaana hili duka ni la huyu binti? Mbona anasema akilifunga atakosa pa kuishi?"

"Nashukuru, pia nakupongeza kwa juhudi zako unazozifanya. Umefungua duka na unalisimamia kwa juhudi na maarifa. Wewe ni mwanamke shujaa lakini ili uwe shujaa zaidi, inakubidi nyuma yako awepo mtu shujaa pia, namaanisha mume." Pius alisema. Yule binti alicheka sana, "Hebu acha kunifurahisha. Sasa mimi nilivyochakaa hivi na maisha yangu haya ya ajabu naweza kupata mume kweli? Labda unioe wewe ambaye unaonesha umenipenda kwa hadhi yangu nilivyo! Vinginevyo siwezi kuolewa na mtu kwa sababu wanaume wengi hawanikubali na kwako nitafungwa bure, maana wewe umeoa!" Binti aliendelea kuongea bila kukoma.

"Usiogope! Unahitaji mume?" Pius alimuuliza, binti akacheka sana.

"Najua unajua msimamo wangu kaka Pius. Sitaki nifahamike vibaya na huyu mgeni. Wewe niambie kwanza nikupimie mchele au umepita tu kunisalimia!" Binti alizidi kunichanganya maana maneno yake ni mengi na alikuwa akibadilisha hoja kila mara kama mtu aliyechanganyikiwa.

Pius akamwambia, "Tatizo lako unaongea sana. Uliniuliza kuhusu mgeni. Huyu ni rafiki yangu anaitwa Richard. Richard, mfahamu anayetulisha watu wa mtaa huu, mfanyabiashara maarufu, mwenye bidii na mcheshi kwa kila mtu, anaitwa..." Binti alimfunika mdomo Pius asilitaje jina lake. Pius alicheka sana, mimi pia nilicheka.

"Mimi huwa sipendi mtu alitaje jina langu wakati wa kutambulishana, napenda kulitaja mwenyewe. Naomba nitumie nafasi hii kujitambulisha. Richard, mgeni wangu, bila shaka unataka kulijua jina langu!"

"Tena kwa hamu kubwa sana, maana mpaka muda huu umenivutia sana nitapenda uwe rafiki yangu pia!" alicheka.

"Basi kama ndivyo hivyo sitakwambia jina langu leo, uje siku nyingine ili niamini kweli kama unataka kuwa rafiki yangu."

"Sawa nakubaliana na wewe lakini utanitesa, mpaka nije tena nitakuwa nawaza sana juu ya jina lako. Kwa muda huu kabla hujaniambia jina lako naomba nikuite jina lingine!" Alicheka na kuuliza kwa shauku.

"Lipi hilo? Si usubiri tu ukija nitakutajia! Haya, hebu sema nikusikie ni jina gani hilo umenichagulia!"

"Kwa jinsi ulivyo, mwonekano wako, mwanamke mrembo, mcheshi na mchapakazi ningepata fursa ya kukupa jina, ningekuita, Merabu!" Alicheka sana. Muda wote wakati naongea, Pius alikuwa akicheka zaidi.

"Najua unatamani kujua Merabu lina maana gani!"

"Ndiyo!" Mara mama mmoja akapita barabarani, kwa sauti ya juu yenye uchangamfu, binti akasalimia,

"Mama shikamoo. Karibu mchele, leo nimeleta supa kutoka Mbeya!"

"Marahaba mwanangu. Nitakuja nichukue baadaye jioni."

Binti akanigeukia,

"Richard, wewe ni mpole na unaonekana una akili sana. Bila shaka wewe ni mwalimu!" Nilipasuka kicheko, nikacheka sana.

"Kwa nini unasema hivyo?" Nilimuuliza lakini niliwaza amejuaje kuwa mimi ni mwalimu? mwonekano wangu? Mavazi yangu?"

"Unaonekana tu, ila niambie kwa nini umeniita Merabu?" aliuliza. Muda huo Pius alikuwa anaongea na simu.

"Nitakwambia siku ukinitajia jina lako, nitangoja kwa hamu kulijua jina lako, bila shaka wewe utangoja kwa hamu kujua maana ya jina Merabu!" Pius alikuwa tayari ameshamaliza kuongea.

“Naona mmezoeana ghafla, ninyi nyote ni wacheshi. Sikutegemea mngezoeana mapema hivi. Najua mtakuwa marafiki wazuri.” Sote wawili tukacheka huku tukitazamana, kwa pamoja tukasema; “Ni kweli kabisa!”

“Richard tuondoke tumwache huyu mjasiriamali.”

“Jamani mbona mapema hivi, japo nashukuru mmenifanya nimecheka. Haya maisha inatakiwa wakati fulani utabasamu na ufurahi, utaongeza siku za kuishi! Asante kaka Pius kwa kuniletea mgeni, sijui unampeleka wapi!”

“Atakuja siku nyingine, ila kwa sasa kuna sehemu tunaenda tutapita kwako saa ya kurudi! Richard twende. Huyu binti haishiwi maneno ya kuongea. Tutajikuta siku nzima inakatika hatujafika tunakokwenda.”

Kwa kweli. Tulimpungia mkono na kumwacha akichangamkia wateja wake. Nilimwona binti yule kabarikiwa sana kwani ni mrembo, mchapakazi na zaidi, ni mcheshi kwa kila mtu.

“Muda umesogea sana, unaonaje tukirudi nyumbani kwanza, kuna simu ya muhimu inanisumbua, tukiendelea na safari yetu nitashindwa kufanikisha mambo ya kiofisi.”

“Kwa hiyo kwa Lali tutaenda lini?”

“Itabidi twende kesho, maana simu hii ni muhimu sana.”

Shauku yangu ikakatishwa, sikubisha, tulirudi nyumbani.

Baada ya muda kama wa nusu saa hivi, tulifika nyumbani na Neema alikuwa mwenye shauku ya kutaka kujua tulikotoka.

“Mlifika kwa Emmanuela?” Tukatazamana bila majibu, huku mapigo ya moyo yakienda mbio, hapa ilitubidi tudanganye.

“Hapana shemeji, mumeo kapigiwa simu nyingi sana tukaamua kurudi. Tutaenda siku nyingine au wewe naomba unipeleke!” Neema alicheka.

“Kwa hiyo muda wote mlikuwa wapi? Na utakubali kweli mimi nikupeleke? Hata hivyo nikikupeleka mimi haitaleta picha nzuri. Nitakuwa kama vile namuuza mwenzangu!”

“Usijali shemeji, mimi na Pius tumeshapanga ni namna gani tutafika kwa Emmanuela. Kwa hilo usijali.” Pius alielekea chumbani na kutuacha tukiongea.

Sura ya 11

"Nifanye nini mimi? Je, nichague furaha yangu au furaha ya mama yangu? Je, nichague umaskini niache kazi au niendelee na kazi nikistahimili mateso ya buibui?"

Mapema asubuhi ya siku iliyofuata, Mwalimu Sering'ombe alifika mjini kama tulivyokubaliana. Lengo lilikuwa kumfuatilia binti anayemsumbua kwa simu. Tulikaa watatu; mimi, Sering'ombe na Pius. Tulianza kupanga mipango ya namna tutakavyomfahamu.

"Inatubidi tuwe makini sana kwa sababu hatuna uhakika kama kweli ni mwanafunzi. Mjini hapa, mtu anaweza kubadili sauti ili afanikishe anachokitaka."

"Ulichokisema Pius ni kweli, cha msingi tujipange na mimi napendekeza twende sote ili Sering'ombe akiwa anampigia simu sisi tunamwangalia kila hatua." Nilidakia.

"Ni kweli yote mnayoyasema ndugu zangu, lakini mimi nazidi kuogopa zaidi. Nisaidieni ili niiokoe ndoa yangu" Sering'ombe aliongea kwa huzuni sana. Alimwandikia ujumbe mfupi binti aliyemharibia ndoa.

"Uko wapi?"

"Nipo Sinza kwa Remmy ukifika niambie."

"Njoo mwenge ITV, ili tuwe kwenye mazingira mazuri zaidi."

"Huko siwezi, wewe njoo tu. Naogopa kwenda mbali na nyumbani, wazazi wakirudi wasiponikuta nitapata tabu sana."

"Inawezekana kweli huyu binti ni mwanafunzi lakini ni nani?" Tuliongozana mpaka Sinza, tulipofika tukamwandikia tena ujumbe, "Tayari nipo kwa Remmy, wewe uko wapi?" Kabla hajajibu Pius akamwambia Sering'ombe, "Sasa jiamini utakwenda kukutana naye, lakini sisi tutakuwa nyuma yako, kila hatua utakayoipiga tutaihesabu."

"Karibu na duka la 'BLW Classic Wear' kuna uchochoro, ufuate. Ukifika mbele, kuna nyumba fulani inajengwa haijakamilika, ingia hapo unisubiri, ni hatua chache sana kutoka nyumbani kwetu" Binti alijibu

"Sasa itakuwaje jamani. Mimi niende peke yangu kupita vichochoroni ni hatari, na mbaya zaidi nikaingie kwenye jengo ambalo halijakamilika. Nitasalimika kweli?" Sering'ombe alisema kwa hofu sana.

"Twendeni sote. Huo uchochoro anaousema mimi naufahamu. Cha msingi tupite njia tofauti ili tukatokee kwa mbele, kisha tukague kwenye jengo tuone kama ni salama ndipo tumwandikie ujumbe."

"Ni wazo zuri sana Pius!"

Sote tukatembea tukielekea upande wa pili huku tukiwa makini sana ili tunachokifanya kisijulikane. Tulifika barabara ya pili, mtaa wa nyuma karibu kabisa na ule uchochoro, tukaangalia upande wa pili hatukuona mtu mwenye kutisha sana.

Kulikuwa na vijana kadhaa karibu na lile jengo lakini hatukuwadhania kuwa walikuwa sehemu ya mchezo wa binti. Tulijipenyeza taratibu bila mtu kutuona mpaka nyuma ya jengo, tukalikagua vyema. Pote palikuwa shwari.

"Jengo lipo shwari, cha kufanya Richard kaa upande wa kushoto na mimi upande wa kulia, Sering'ombe kaa juu ya dirisha hili usihame likitokea la kutokea jirushe chini na sote watatu tutakutana na kupambana nao kama ni watu wabaya." Pius alitoa maelekezo kwani ndiye tuliyekuwa tunamtegemea kama kamanda wa kikosi, kisha akamwambia Sering'ombe aandike ujumbe.

"Nimeshafika, nipo ndani ya jengo!" Binti akajibu harakaharaka, "Mbona sijakuona ukipita?"

Tulishangaa sana.

"Hebu tuwe makini zaidi inawezekana huyu binti akawa kweli si mtu mzuri. Lete simu nimwandikie." Pius aliomba simu akaandika, "Usijali wangu, niamini, nimeshafika. Wakati napita kulikuwa na kundi la vijana walikuwa wamekaa wakipiga soga karibu na jengo, kama hao uliwaona basi na mimi nimewaona, njoo tu!"

"Sawa, nisubiri nakuja."

Tukakaa kama tulivyoelekezana. Sote tukawa tunashuhudia kinachoendelea. Binti mmoja alionekana akitembea taratibu kuingia kwenye jengo akiwa amejifunga kilemba kichwani, amevaa miwani na barakoa, chini suruali ya jinsi na raba. Hakika hatukumfahamu ni nani, Sering'ombe akiwa na woga wa kufa. Alijikakamua kumngoja, alipofika akapiga simu. Simu ya Sering'ombe ikaita, binti akakata na kumsogelea.

"Ujanja wako wote mfukoni, ulitakiwa uje peke yako, umealika kijiji kizima. Sasa basi, hunifahamu mimi, nimekuletea tu hii barua!

Aliyenituma utamtambua pindi utakapoisoma, na sharti ni kwamba utaisomea nyumbani la sivyo tutawatoboa macho wote watatu!"

Binti baada ya kusema hayo aliondoka. Sering'ombe alijitupa upande wa pili kwa hofu. Jamaa huyu mwoga sana. Chapuchapu tulikutana, Sering'ombe akiwa anahema vibaya sana. akamkabidhi Pius barua.

"Usiifungue! Tumeshaonekana na hawa watu, tuondokeni." Pius alitaka kuleta ubishi, Sering'ombe akaondoka. Nasi hatukuwa na budi kuondoka kuelekea barabara kuu ya Sinza. Kabla hatujapanda dala dala, Pius alisema, "Hatujafanikiwa kumfahamu huyu binti ni nani!"

"Kweli Pius, kwa jinsi mpango ulivyofanyika nataka kuamini kwamba atakuwa buibui na inawezekana ni wao labda tuifungue barua tuisome."

"Jamani nisikilizeni. Natambua kuwa nimewapotezea muda wenu na kuharibu ratiba zenu kwa ajili ya suala langu. Ni kweli nataka kujua nani kaharibu ndoa yangu, lakini kulingana na masharti niliyopewa, hii barua natakiwa niisome nikiwa nyumbani. Hawa watu wanatuona endapo tutaisomea hapa, mimi nitaingia kwenye matatizo makubwa."

"Usijali Sering'ombe, hamna haja ya kuogopa sana. Inabidi tukubaliane na wewe ila wakati mwingine itabidi ujiamini tu licha ya vitisho unavyokutana navyo!" Alisema Pius huku akimrudishia Sering'ombe barua yake. Tulipanda dala dala mpaka Mwenge, tukashuka kituoni na kuelekea nyumbani kwa Pius. Tulipofika nyumbani, hatukusubiri. Tuliifungua barua.

Hongera kwa ndoa yako kuvunjika!

Sering'ombe mtu kopo. Kikombe hiki si chako, wewe ni chambo tu. Sasa basi, ujumbe huu ufikishe kama ulivyo kwa anayehusika. "Rich boy" Mwalimu mpole, mwenye sura ya kirembo usiyependa watoto, ujumbe huu unakuhusu.

Tunatambua wazi kuwa muda wetu wa kuendelea kuwepo shuleni umekwisha lakini kabla hatujaondoka, aliyekuwa mtakatifu atakuwa shetani na aliyekuwa Pilato atakuwa Yesu.

Kwanza kabisa, kama wewe si mwanachama wa bodi ya shule, sisi tunaojua nini kilizungumziwa, na kile kinachotuhusu tayari tumeshakipata. Tutafukuzwa shule kwa kitendo tulichokifanya bwenini usiku kabla ya kufunga shule.

Tunajua ni wewe ndiye uliyesababisha tufukuzwe, kwani kama ungekuwa umemkubalia mmoja wetu tusingekufanyia kile tulichokifanya.

Mwisho, jipange kisaikolojia kwa kuwa tukifukuzwa shule, na wewe siku hiyohiyo utafukuzwa kazi na usipofukuzwa kazi, kambi nzima ya buibui itapiga kambi karibu na shule kuhakikisha unafukuzwa kazi.

Uchaguzi ni wako, uende ukakubali kuwa wewe ndiye uliyeingia bwenini kimakosa ukatukuta tumetoka kuoga, au uendelee na msimamo wako ufukuzwe kazi.

Pili, tunataka tukupe taarifa kuwa Diana ni buibui ila si kiongozi wa buibui.

Mwisho, tunakutakia kila la kheri katika jitihada zako za kimaisha.

Sisi ni buibui. Watu saba.

Wakati huo Sering'ombe alikuwa hoi, na mimi nilikuwa hoi. Pius pekee alibaki akiwa amesimama baada ya kuisoma barua.

"Kwa kweli hapa kazi ipo! Unajua hawa buibui sijui wana roho gani au ni wachawi pengine hatujui? Ina maana hawa watoto wameharibikiwa kiasi? Kwa nini wana tabia za ajabu kiasi hiki? Ni makuzi? Mimi sidhani kama ni kuvunja ungo huku!" Pius alikuwa akiongea pekee yake.

"Hawa watoto ni wajinga sana. Wanatoa vitisho wakati ni wao wenyewe waliofanya mipango yote. Halafu walivyo wajinga wanamuunganisha na Diana kuwa mmoja wao ili niwakubalie. Diana si buibui. Eti oh! Diana ni buibui ila si kiongozi wa buibui."

Mwalimu Sering'ombe akapata nguvu, "Mwalimu Richard, nasikitika sana hujui. Diana ni buibui. Mimi naamini hivyo, Diana ni mmoja kati ya hao saba japo mtu wa saba simjui!"

"Una uhakika au unataka kuniharibia tu siku yangu Sering'ombe? Inawezekanaje Diana, mtoto mwenye nidhamu kiasi kile akawa miongoni mwa hawa wanaharamu, mafedhuli wakubwa wasiokuwa na haya?"

"Tusibishane kaka, wakati utasema."

"Siwezi kuamini kama Diana anaweza kuwa na akili chafu kiasi hiki! Tujadili tu ni jinsi gani tunaikomboa ndoa yako. Kuhusu buibui niachie mimi maana hata huu ujumbe ulikuwa kwa ajili yangu. Lakini kwa nini wakaamua kukuharibia ndoa yako kama walikuwa wana shida na mimi? Uliwahi kuwakwaza Sering'ombe?"

"Unajua mwalimu Richard kama utakumbuka, siku moja nilikuuliza kuwa ni nani unaweza kumlinganisha kwa urembo na Sofia pale darasani kwao? Basi kwa ishara hiyo, elewa kwamba huyo ndiye binti niliyekuwa namvusha. Hakuwa buibui, hivyo baada ya kutambua kuwa natembea na binti mwingine wakawa na wivu. Kuanzia hapo nadhani walikuwa wakiniwinda tu ili ninase kwenye mtego wao. Wamefanikiwa kuvunja ndoa yangu."

"Ni sawa lakini siamini, naomba tupumzishe vichwa kwanza, baadaye tuzungumze tujue nini hatima yetu". Kila mmoja wetu alikuwa hoi. Pius chumbani kwake. Sering'ombe kwenye sofa. Mimi nilitoka nje, nikawa nazungukazunguka huku nikitafakari ile barua; Diana ni buibui... Nikubali yalikuwa ni makosa yangu kuingia bwenini... Hapana Diana si buibui na wala sitakubali kosa lisilokuwa langu. Nitapambana mpaka mwisho na kama itatokea nikafukuzwa kazi, basi nitaondoka.

Simu yangu iliita, nilipopokea nikasikia sauti, "Baba umemsahau kabisa binti yako?" Mama aliniuliza, nikiwa nimechanganyikiwa hivyo hivyo nilimsalimu, "Shikamoo mama!"

"Marahaba! Msamehe mama yako, inawezekana unapitia wakati mgumu kwa ajili yangu lakini mwanangu pamoja na elimu yako sijui kama unaelewa maana ya msemo wa uchungu wa mwana aujuaye mzazi?"

"Nauelewa sana mama!"

"Siyo kweli. Najua mzazi wa kweli kwako ni baba yako, ila siku ukitambua kuwa ni mama yako hutakataa jambo lolote ambalo mama yako anatamani ufanye kama sehemu ya shukrani."

"Mama usijali mimi niko tayari kufanya lolote japo sijajua unataka nini."

"Richard baba yangu, mama yako hajasoma sana hivyo mambo mengi anayoyafanya ni ya kumuumiza tu mwanaye. Lakini tambua kwamba si baba yako anayeujua uchungu wako, ni mimi! Kwa nini hutaki kunisikiliza? Nataka umuoe Rose. Atabadilika akiwa na wewe. Nimeshaongea naye sana na nina imani alishabadilika. Sema wewe hutaki kumwamini!" Alikata simu.

Mama alizidi kuniweka katika wakati mgumu. Kila ninapojaribu kuachana na hali hiyo, mambo yanarudi upya, huku nawaza mambo ya buibui tena nakutana na suala la Rose.

Nilijiona kama behewa la matatizo! Ni kama chombo kilichochakaa, hakina thamani tena. Je, nichague furaha yangu au furaha ya mama yangu? Je, nichague umaskini niache kazi au niendelee na kazi nikistahimili mateso ya buibui? Kwa kweli awamu hii nisipokufa nitapasuka kichwa!

Niliwaza hayo huku nikitembeatembea kuzunguka uwanja wa nyumba yote bila kupumzika, Pius na Sering'ombe walikuwa wamesinzia ndani. Nilipata wazo nitoke kidogo ili nipunguze mawazo.

Nikaingia barabarani na kutembea kuelekea magharibi mwa mji. Hatua kadhaa nikakutana na yule binti mjasiriamali na kwa kuwa binti huyo ni mcheshi sana ilinibidi niigize kutabasamu japo hali yangu ilikuwa ngumu kutabasamu siku ile.

"Richard najua umenikumbuka!"

"kweli kabisa Merabu, ndiyo maana nimekuja kwako wakati huu!"

"Hahahaaa! Siyo kweli, mbona hujanipigia hata simu?"

"Unajua isingewezekana kufanya hivyo kwa muda huu mfupi. Jina lako hujaniambia na namba yako hujanipatia pia!"

"Wewe mwongo. Jina langu ni Merabu, umenipa mwenyewe! Sema tu siko kwenye mawazo yako. Kama ni namba ungemwomba Pius anazo sema tu hujanikumbuka Richard!" Nilicheka kidogo.

"Naomba unisamehe sana, mimi huwa nachukua muda kuzoeana na mtu, napenda sana mtu awe na imani na mimi hasa yule ninayekutana naye kwa mara ya kwanza. Sipendi kukimbilia kuwa na marafiki kwa sababu siku hizi watu wengi hawana uaminifu!"

"Ahaa! Nimejua, kwa hiyo unahisi mimi pia siwezi kuwa mtu mzuri? Aah! Ndiyo maana, inawezekana unawaza kuwa huyu binti siyo wa kawaida, mbona anaongea sana?"

"Hapana siyo kweli, hii ni hulka yangu tu wala kwako sijadhani hivyo. Hivi umeolewa?" Nilimuuliza, akacheka sana.

"Ndiyo maana, nilijua tu! Unaonekana kuwa na wasiwasi na mimi! Nitakwambia kuhusu mimi, jina langu na historia yangu lakini kabla ya kufanya hivyo, niambie nini maana ya jina Merabu." *"Eti mimi watu huwa hawaiamini historia yangu, hawajui kwa nini niko hapa na ninaishi hivi. Wewe nitakwambia kwa sababu nimeona unaweza kuwa rafiki mzuri kwangu ingawa ni masimulizi marefu sana."* Niliyakumbuka tena maneno yake.

"Hata mimi natamani sana nilijue jina lako ili niwe nakuita."

"Niite Merabu!" Nikacheka.

"Usijali nitakuita Merabu."

"Hebu niambie bwana lina maana gani?"

"Merabu ni jina la kawaida kama majina mengine. Lakini kwa upande wangu jina hili huwa lina maana tofauti sana. Kwa hiyo siwezi kukwambia kwa sasa mpaka uniambie jina lako na ikiwezekana tufahamiane zaidi."

"Hata hivyo najua Merabu lina maana gani ila hiyo ya kwako naomba uitunze tu kama ilivyo sihitaji kuijua!"

Sote tulicheka. Kidogo nilianza kufurahi pamoja na kwamba nilikuja na huzuni. Kwa kweli binti huyu amebarikiwa ucheshi sana yaani huwezi kumchoka.

"Nitakuelezea kwa kifupi maisha yangu lakini iwe ni siri kwako, nimekuamini sana."

"Usijali, mimi ni mwalimu, ninazo siri za watu wengi sana na hii ya kwako nitaitunza na zaidi, nitaihifadhi zaidi ya siri zote nilizonazo kwa sababu wewe ni rafiki mzuri." Akanigeukia na kuniangalia kwa upole; "Richard, siku zote mimi nimekuwa mtu nisiye na bahati. Wazazi walinilazimisha kuolewa na mwanaume ambaye wao walimchagua. Alilipa mahari na kunichukua nikaanza kuishi naye bila ndoa. Bahati mbaya wazazi wangu wakapata ajali wote wawili wakafariki. Yule mwanaume baada ya kuona nimebaki peke yangu, na bahati mbaya ndugu zangu pekee niliokuwa nawafahamu ni baba na mama yangu, akawa ananisema hata kwa vitu vidogo. Mara ananitukana ananiambia sijasoma, mara mimi mgumba. Alikuwa akirudi nyumbani amelewa na wakati mwingine anakuja na wanawake wa kila aina. Siku nyingine anaondoka analala huko, gari inaletwa na fundi gereji.

Kilichonikera zaidi alianzisha tabia ya kulazimisha kupita mlango wa nyuma akiwa amelewa pombe. Siku naachana naye alinilazimisha nikamsukuma akadondoka, nikakimbia nyumbani kwake na kuanzisha maisha mapya mpaka hii leo unaniona niko mwenyewe. Lakini baada ya siku kadhaa nikasikia amepata ajali ya gari. Sijui alikuwa anaendesha akiwa amelewa, akafariki dunia.

Tangu hapo nikaamua kuondoka Moshi, nikahamia Dar es Salaam. Hela kidogo niliyokuwa naitunza nikaanzisha hii biashara yangu.

Nikaanza kuzoeana na watu na nikachagua njia nzuri ya kuishi ambayo ni kufurahia na wateja wangu maana wao ndio baba na mama zangu.

Kwa kweli Richard, umenifanya nikusimulie kisa ambacho kimeniwekea kovu kwenye moyo wangu, nikaapa sitakaa niolewe tena. Kisa hiki hata Pius na mke wake sijawahi kuwaambia japo niko karibu nao kama ndugu. Nisamehe kama nitakuwa nimekushirikisha jambo ambalo usingependa kulijua!"

"Pole sana, nahisi kwa leo inatosha. Nimeguswa sana na kisa cha maisha yako, na naahidi nitakuwa rafiki mwema kwako. Naomba unikubalie tuwe marafiki."

"Siku ukilijua jina langu, nitakwambia kama nitaweza kuwa rafiki yako."

"Basi nitaendelea kukuita Merabu, na jina hili linakupendeza sana. Sitaki hata kulijua jina lako, nitakuita Merabu siku zote."

Aliachia kicheko huku akinipiga kofi jepesi shavuni, nikakumbuka siku sista Margaret ananipiga kofi jepesi, nikajisemea, "Huyu ni sahihi kunipiga kofi la upendo, sio sista!"

Kidogo hali yake ilibadilika, nikamwona anachangamka. Lakini kwa kunisimulia kisa chake, nilihisi nimemkumbusha mbali na kumtonesha madonda ya moyo wake.

"Leo hujafungua duka, umepoteza mabilioni!" Nilimtania, akacheka.

"Wewe acha tu, hata hivyo leo nimepata faida kubwa sana ambayo sijawahi kuipata maishani!"

"Ipi hiyo Merabu?" Akatabasamu.

"Huwezi kujua. Naomba niende tutaonana siku nyingine." Aliondoka na kuniacha na mawazo mengi sana. Kweli binadamu ni kama msitu, usiyemjua huwezi kumuelewa. Leo nimemfahamu binti mjasiriamali! Niliondoka kichwa kizito nikiwa sina hata hamu ya kuongea na mtu njiani. Niliwaza mengi. Niliwaza maisha ya binti yule. Hivi kwa nini sisi binadamu hatupendani? Kwa nini wengine wana roho za kinyama? Binti mzuri na mdogo kiasi hiki amepitia maisha magumu hivi? La! Kwa kweli matatizo yangu ni madogo, kama kweli huyu binti aliweza kuokoka na kwenye changamoto zake basi hata mimi sina budi kujipa moyo, nitayashinda majaribu yangu.

Hata hivyo maneno ya mwisho ya binti mjasiriamali yaliniongezea tafakari. "*Leo nimepata faida kubwa sana ambayo sijawahi kuipata maishani*"

Nilifika nyumbani, nikawakuta Neem ana Pius wanakula matunda. Neema akanitania, "Najua ulikuwa umeenda kwa Merabu!" Sote tulicheka

"Umejuaje?"

"Nilijua tu maana nimewakuta wenzako wote wamelala hoi nikahisi wote mmevurugwa na jambo."

"Inawezekana ikawa ni kweli lakini kwetu sisi wanaume hakuna jambo linaloweza kutukosesha raha kama kitendo cha kutoswa na mpenzi na kwa kuwa wewe upo hapa, tuna amani."

"Jamani Sering'ombe yeye hana amani kwa sababu mke wake amemwacha, Richard naye hana amani kwa sababu buibui wanamsumbua, binafsi sina amani kwa sababu ninyi marafiki zangu hamna amani." Pius alidakia.

"Hata mimi sina amani kwa sababu mume na shemeji zangu hamna raha, lakini poleni sana, ndiyo maana nimewaandalia matunda, matunda yanaongeza uchangamfu." Neema alitupoza kwa maneno mazuri huku akitupatia bakuli la matunda.

"Kweli shemeji Neema una akili sana. Ndiyo maana huyu bwana mdogo anazidi kunona shavu tu hana msongo wa mawazo!"

Tukacheka.

"Jamani naona muda unazidi kuyoyoma, kwa makadirio yangu nikianza safari sasa hivi, Bagamoyo nitafika saa mbili usiku. Naombeni mniruhusu niende." Sering'ombe alisema

"Shemeji hujawahi kulala hapa, na nimeandaa chakula maalum jioni kwa ajili ya ugeni huu. Tafadhali naomba utaenda kesho!" Neema alimsihi Sering'ombe na mimi nikakazia. "Alichokisema shemeji ni kweli Sering'ombe, usiende."

"Mimi nilikuwa kimya tu mwenye nyumba ahangaike na ninyi lakini pia siwezi kuruhusu Sering'ombe uondoke muda huu. Naomba sana tafadhali usiende! Pamoja na chakula, bado kazi yetu iliyokuleta mjini haijakamilika. Tutapanga mikakati hili suala lako litaisha tu" Alisema Pius.

"Kwa kuwa ni mara yangu ya kwanza kuja hapa, nakubaliana nanyi, nitalala." Sering'ombe

Tulifurahi sana alipokubali kubaki.

"Unajua Neema na Pius mnastahili kupewa tuzo ya ndoa bora yaani hata hamjafunga ndoa lakini mnaishi kama familia kwa upendo na kuthamini wageni. Mungu awabariki sana hata mtakapofunga ndoa yenu, muwe na nyumba kubwa, watoto hata kumi na majirani na ndugu wengine kama sisi wengi." Tulicheka sana na Sering'ombe naye alianza kuchangamka.

"Lakini Neema na Pius hebu naomba niwaulize kitu, hivi huyu binti mjasiriamali anaishi hivi hivi? Nimemtembelea akanielezea historia yake, ni binti ambaye kwa kweli amepitia maisha magumu. Huwezi kuamini kama una lengo la kumtongoza akikuelezea siri ya maisha yake, sidhani kama utaendelea! Ndivyo ilivyotokea kwangu."

"Ni kweli lakini sijapenda mlichonifanyia. Mwenzenu nilikuwa najifariji kuwa Emmanuela naye amepata mume kumbe nimeambulia patupu!" Neema alidakia, "Ila pole sana shemeji kwa sababu Pius alikupeleka kwa mtu ambaye amekufanya uwaze zaidi. Na pia amekupa nafasi na heshima kubwa kukuelezea maisha yake maana hata sisi alishatuficha. Tumemzoea vile alivyo lakini bado anatakiwa awe na mwanaume. Anaamini sana katika watu wa barabarani kwa kuwa hao ndio ndugu zake na upande wako najua ameshakupenda tayari kwa sababu huwa hana kawaida ya kumwelezea historia yake kila mtu."

"Kumbe huenda maneno yake ya mwisho maana yake ni hii." Nilijisemea moyoni na kuendelea kumsikiliza Neema.

"Amekupa nafasi kubwa sana, heshima zaidi ya heshima. Richard, kila mwanamke huwa hakupiti hata mimi pengine asingekuwa Pius, ningekuwa wako." Tulicheka.

"Richard, ni kweli anachokisema Neema, binti mjasiriamali kama utakumbuka tulitoka hapa siku ile kwa ajili yake!"

"Pius, unataka kuniambia kuwa binti mjasiriamali ni Lali?"

"Ndiyo!" Pius aliitikia, akaendelea kuongea huku nikiwa nimepigwa butwaa.

"Richard, mimi sitakubali upate mchumba ambaye mwisho wa siku atakuwa karaha kwako. Binti mjasiriamali jina lake halisi ni Lali. Na huyo ndiye niliona anakufaa!" Nilishangaa sana.

"Najua mnamfahamu vyema Lali hivyo ugumu uliopo mnaujua vizuri. Lali hawezi kuwa na mimi kwa sababu tayari haamini katika wanaume halafu mimi nimeshakuwa rafiki yake, kwa sasa ni kama kaka na dada, itawezekana vipi?"

"Richard una bahati sana. Hujui tu ni jinsi gani mimi nilifahamiana naye, ni kama wewe ulivyofika kwake akakuelezea hata mimi alinielezea zamani zile na baada ya kuijua historia yake nilimhurumia, nikamwomba awe mpenzi wangu nikimuahidi kumuoa. Alichokisema ni kwamba atafurahi tukiwa kaka na dada, kwa sababu asingeweza kunipenda mimi lakini alisema siku ya kupenda ikifika na endapo atamwona mtu atakayempenda, basi atapenda na huyo mtu najua ni wewe.

Wewe utakachofanya sasa hivi ni kujenga ukaribu ili awe na imani na wewe. Kumbuka Lali anahitaji mwanaume atakayekuwa naye karibu na mwenye kumuunga mkono katika kila jambo analolifanya hasa ujasiriamali wake."

"Nawashukuru sana ndugu zangu japo mtihani ni mgumu na kama Mungu amepanga, nitafurahi sana Lali akiwa Merabu wangu." Niliwaambia.

"Shemeji mimi nitajitahidi kuwa karibu naye na uwe na amani tu, Lali ndiye Merabu wako. Mtaishi pamoja na kuijenga familia yenye upendo na furaha hata zaidi ya hii. Lali atakupenda sana endapo utaonesha kumjali. Sisi wanawake tunapenda mtu anayejali, mwanaume anayeyachukua matatizo ya mpenzi wake kama yake, na ndivyo mimi nilivyompenda Pius. Nina uhakika Lali atakupenda na jinsi ulivyo na hamu ya kumpata Merabu, najua hutaruhusu aumie roho kwa sababu yako au kwa ajili ya kitu kingine. Hata Emmanuela hawezi kuwa kama Lali. Lali ni mzuri sana kwa kila kitu japo elimu yake ni ndogo ukilinganisha na Emmanuela." Neema alinitia moyo.

"Ndugu zangu nashukuru sana kwa upendo wenu kwangu na kila kitu mnachozidi kunifanyia thamani yenu kwangu inaongezeka zaidi na zaidi siku hadi siku, kwa kunisaidia kumwona Merabu wangu, nitawaenzi daima. Na kwa kumpata Merabu wangu, nimeyasahau mateso yote waliyonitendea buibui na kuanzia sasa nitakabiliana nao bila kuogopa kwa sababu sina cha kupoteza bali nina mtu ninayetakiwa kumlindia heshima yake, Lali. Merabu wangu!" Tulicheka kwa pamoja, kelele zile zilimfanya Sering'ombe ambaye alikuwa amesinzia muda wote akaamka.

“Nimesikia mnasema mke wangu amerudi?”

Tulicheka sana!

Pius alituchukua mimi na Sering’ombe mpaka kwenye baa iliyokuwa jirani, akaagiza vinywaji. Sering’ombe akaagiza bia na mimi nikaagiza Malta, tukaendelea na mazungumzo. “Kwa sasa hatuwezi kuwakamata waliovunja ndoa ya Sering’ombe kwa sababu wana akili mbaya sana hawa watoto. Tunachotakiwa kukfanya ni kwamba uende ukweni ukaongee na baba mkwe. Muelezee hali halisi usimfiche chochote na pia mwambie mkeo na kwa kuwa anawafahamu buibui atakuelewa. Mpelekee na hii barua ya buibui ambayo wao wenyewe wamekiri kukufanya chambo ili wampate Richard.”

“Unafikiri itasaidia Pius?” Sering’ombe aliuliza. Kabla Pius hajajibu nikamwambia, “Binafsi naamini atakuelewa na isitoshe hata buibui wenyewe karibia wanafungua shule. Tunaweza kwenda kuwashtaki kwa ushahidi huu wa barua.”

“Richard naomba nifanyie kazi mawazo ya Pius, lakini si kwamba nimepuuza ya kwako.”

“Usiwe na wasiwasi. Lengo hapa tunajadili ili tupate mwafaka ambao utairejesha ndoa yako na kimsingi kesho kutwa shule inafunguliwa. Jitahidi kabla hatujafungua shule mkeo awe amesharudi.” Sering’ombe akacheka. Kila mmoja wetu akaiondoa aibu kwa fundo la kinywaji baridi. Baadaye tukarejea nyumbani kupumzika.

Sura ya 12

"Sijawahi kulala nje ya nyumba yangu labda nijaribu leo, lakini sitalala na wewe! Si kuna chumba cha wageni?"

Nilirejea Bagamoyo siku ya Ijumaa kujiandaa kwa ajili ya kufungua shule siku ya Jumatatu. Nilipoingia chumbani kwangu, kila kitu kilikuwa na vumbi na mbaya zaidi hapakuwa na umeme.

Niliona nifanye shughuli za ndani kabla sijapumzika maana najijua mwili wangu.

"Hatimaye nimerejea tena uwanja wa dhambi, furaha yangu yote najua itayeyuka tu punde nitakapowaona buibui." nilijisemea. Nilianza kufanya usafi wa ndani na baadaye nikaloweka nguo zangu zote ili nifue. Wakati nafua nikapata wazo, hivi kazi zote hizi ningekuwa na Lali si angenisaidia? Lini Merabu wangu utakuwa nami? Aah!" Mawazo mengi yaliutesa moyo wangu. Nikaendelea kufua, nikajisemea, "Hivi nikimwomba Lali aje kwangu leo kunitembelea atakataa?" Nilijiuliza bila majibu. Nilichukua taulo kisha nikafuta mikono, nikanyanyua simu nikampigia. Simu iliita mpaka ikakata! Nikarudia tena, ikaita mpaka ikakata.

"Huenda ametingwa na wateja. Siku za Jumamosi huwa ana wateja wengi sana." Nikaweka simu chini na kuendelea kufua, muda si mrefu simu ikaita; kuangalia jina, ni Merabu; nikapokea. "Haloo!"

"Haloo! Richard!"

"Unahisi nataka kukwambia nini?"

"Hata usiseme! Nimekukumbuka ghafla Richard japo hukuniaga! Natamani nije Bagamoyo, utaniruhusu?"

"Lali! Hata kama ukisema uhamie kabisa, nakukaribisha! Kwani leo unaweza kuja?" Akakaa kimya kidogo.

"Muda umekwenda sana naweza kurudi usiku sana na mimi huwa sipendi kutembea usiku!" "Nitaandaa mazingira utalala huku na kesho utarudi mapema asubuhi."

"Mmh! Sijawahi kulala nje ya nyumba yangu labda nijaribu leo, lakini sitalala na wewe! Si kuna chumba cha wageni?"

"Usiwe na wasiwasi nyumba ni kubwa sana."

"Sawa nakuja!"

Nikaendelea kuweka mazingira sawa ili akifika avutike zaidi. Wakati naendelea na usafi, ghafla nilisikia sauti ya Sering'ombe, "Naona wewe una moyo hata wa kufanya usafi, mimi nawaza tu Jumatatu itakuwaje na mbaya zaidi mke wangu amenipigia simu, Mzee wake anataka niende leo. Hivi Richard unafikiri nitakuwa naitiwa nini? Na nikaseme nini sasa?" Richard aliuliza akisimama pembeni yangu.

"Nenda ukamsikilize, na uyazingatie yote tuliyokushauri."

"Muda huu mpaka Tanga, nitafika saa ngapi?"

"Tanga sasa hivi utafika saa kumi jioni."

"Sawa, acha niende ila kwa maandalizi haya ni hatari kama vile anakuja Merabu!"

"Acha zako kaka Seri, wewe nenda Tanga bwana, nakuombea usafiri salama na urudi na mkeo."

"Asante sana ndugu yangu" Alinitania kama vile anajua Lali anakuja! Aliondoka, nikaendelea na kazi yangu ya usafi.

Ilipofika mishale ya saa kumi na mbili jioni, giza likiwa limeanza kuingia, simu yangu iliita. Kuiangalia, mwili ulisisimka kuona Merabu ndiye anayenipigia, nikapokea.

"Haloo!"

"Nimefika Bagamoyo, uko wapi?"

"Kati ya bodaboda na bajaji unapenda nini?"

"Jibu unalijua!" Nilicheka.

"Mwambie dereva akulete moja kwa moja shule ya Bikira Maria Mama wa Huruma, akushushie geti la walimu asije akakufikishia nyumba ya watawa, ataharibu."

"Sawa!"

Niliingia ndani nikiwa siwezi kufanya lolote maana siamini kama kweli Lali atakuwa kwangu usiku wa leo. Punde si punde, nikasikia honi, kuchungulia nje ilikuwa ni bajaji. Nilimpokea Lali na kumlipia nauli ya bajaji. Tulisalimiana kwa kushikana mikono japo nilitamani sana kumkumbatia.

"Hivi nyumba ya kitawa iko wapi? Ina maana humu ndani mnaishi na masista pamoja na wanafunzi?"

"Ndiyo, sema nyumba ya kitawa ina uzio wake, nyumba ya walimu ina uzio wake hali kadhalika mabweni ya wanafunzi yana uzio wake unaojumuisha pia majengo ya madarasa na ofisi za walimu."

"Pametulia kweli bila shaka mnaishi maisha mazuri sana humu lakini sijui kwa nini hunenepi?"

Laiti kama ungejua kuna buibui ungenipa pole; nilijisemea moyoni.

"Kwa ujumla wake maisha ya humu ndani ni mazuri, wenyewe tuna msemo wetu wa 'kazi na sala' tunasali sana. Tena kama wewe hupendi kusali basi kazi utaiona ngumu sana"

"Natamani na mimi ningesoma. Hebu fikiria mimi ningekuwa madam?" Nilicheka tu, nikasema, "Ungeonekana kama unalingana na wanafunzi!" Tulicheka tena, nikamkaribisha ndani.

"Karibu mgeni, chakula kipo tayari, kuna kinywaji baridi na maji ya kuoga! Ungependa kuanza na nini?"

"Vyote nataka ila njoo kwanza nikukumbatie Richard."

"Jamani, umejuaje?" Nilimkumbatia. Tulikumbatiana kama muda wa dakika mbili hivi.

"Lali, karibu kwangu. Utaanza na nini kwenye vitu nilivyokuandalia?"

"Naomba nianze kwa mpangilio wa kurudi nyuma, nitajisikia vizuri sana nikioga." Niliuchukua mkoba wake na kumwonesha chumba chake.

"Utalala humu, choo na bafu ni huo mlango unaouona."

"Asante Richard!" Aliniitikia akiwa ameniangalia kwa macho ya ulegevu. Nilimwacha akaendelea na utaratibu wa kuoga huku mimi nikiandaa chakula mezani.

Alipomaliza kuoga akaungana nami mezani. Tulipata chakula huku tukisimuliana mambo mengi sana.

"Richard, changamoto nilizopitia zinanifanya nijione nimekua sasa. Hata kuishi peke yangu kumenifanya nijione kama nimekamilika. Lakini leo, hasa muda huu najihisi kama nilikuwa napungukiwa kitu kikubwa sana kwenye maisha yangu."

"Nakuelewa Lali, kwa umri wako na umri wangu, ni wakati mwafaka kabisa wa kuishi maisha yaliyokamilika na mtu ukiwa peke yako huwezi kujua hilo"

"Ni kweli Rich, nahisi nimeshiba. Nimefakamia maji mengi sana kabla ya chakula!"

"Sawa, umekionaje chakula?"

"Lo! Unataka nikusifie tu!"

"Sihitaji unisifie. Najua napika vizuri lakini chakula changu kina ladha tofauti na ladha ya chakula kilichopikwa na mwanamke. Sisi wanaume hatupiki bali tunachemsha tu."

"Si kweli. Hata hivyo umejitahidi sana!" Tulipomaliza kula, tuliketi kidogo tukipiga soga. Saa ya kulala ikafika.

"Usiku mwema Merabu."

Aliniangalia kwa macho yake yaliyojawa na ulegevu mwingi! Sikutaka kujiongeza anataka nini! "Tutaonana asubuhi Lali!" Nikaingia chumbani kwangu, nikavua shati langu nikabaki na kaoshi tu, nikiwa kitandani nimekaa, mlango ukafunguliwa bila hodi. Lali aliingia akiwa amebeba mto wa kulalia.

"Samahani nimeingia bila hodi Rich. Tumesahau kusali!"

"Ah! Basi tusali" Tukapiga magoti na kusali. Baada ya sala.

"Nalala huku na wewe nenda kalale chumba cha wageni!" Nikatabasamu.

"Lali, hata kama nitakuwa sijui kusoma picha naielewa!" Tulicheka kisha usingizi ulitupitia, tukalala mpaka asubuhi.

* * *

Mapema sana asubuhi muda wa saa kumi kamili, usingizi ulikata. Nikamwamsha Lali, tukaanza tena kuweka mipango ya maisha sawa.

"Umeamka salama?"

"Ndiyo ila nimechoka tu natamani niendelee kulala!"

"Pole. Ni vizui kuamka mapema na kutafakari machache ya Maisha."

"Kwa hiyo utanitambulisha lini kwa ndugu zako?"

"Wakati wowote mambo yakiwa sawa."

"Ni sawa lakini inatubidi tujipange kwanza; mimi natamani kuwa na nyumba yangu kwanza ili hata siku nikiwa siko na wewe narudi kwenye nyumba yangu. Kumbuka sina familia. Wewe ndiye utakuwa familia yangu na wewe familia yako ni kubwa endapo litatokea la kutokea mimi nitalia na nani? Naomba nipambane kwanza na ujenzi. Nimekaribia kumaliza, nikishamaliza tutaanza mjadala wa ndoa."

"Basi nitakuunga mkono na nahisi mahari nikulipe wewe ili ukamilishe nyumba yako. Niambie sasa mahari ni kiasi gani?"

"Richard, kumbe nimegundua hunipendi."

"Kwa nini?" Akakaa kimya, nilimwona akiishiwa tabasamu!

"Ila si kosa lako huenda una maana nzuri! Mahari ni kitu kibaya sana, kwangu mimi naona ni kama laana ya ndoa! Ujue, mahari ni kama kumuuza mtu ambapo kwa maisha ya sasa unakuta muoaji hana kitu halafu anapangiwa mahari milioni tano!"

"Kwa hiyo unataka kuniambia mahari haitakiwi?"

"Si kwamba haitakiwi. Mahari ipo na ni utamaduni wa jamii yetu, lakini cha ajabu, familia nyingi kwa sasa zinawauza mabinti zao, eti kwa sababu wamemsomesha msichana kwa gharama nyingi, fidia yao ni mahari. Richard, kwa kusema hayo, mahari mimi sitolewi ila kama unataka kunisaidia ujenzi nisaidie na utoe kama sadaka ili ikitokea tumeachana usinidai." Alifunika mdomo, akiwa na kicheko kikuu, ila maneno yake ni ukweli mtupu.

"Lali! Hakika wewe ni Merabu wangu, si tu kwa kulala kwangu leo ila kwa kunikabidhi maisha yako. Naomba nikuoe, mahari nitatoa, ujenzi nitachangia na sitegemei kukuacha." Tulicheka sana huku tukitupiana mito.

"Lali! Nataka nikufanye mwanamke bora sana duniani hadi watu wakushangae!" Akacheka.

"Kwa ualimu wako huu huu?" Nikamwangalia kwa uthabiti bila kupepesa macho.

"Lali! Usiwe kati ya watu wanaomdharau mwalimu. Je, mimi wanijua? Waijua simulizi yangu? Wavijua vipawa vyangu? Waijua familia yangu?"

"Hakika sijui, pia nisamehe huenda nimekukwaza."

"Hapana Lali, hujanikwaza. Ila tu ni kweli watu wengi wanatudharau sisi walimu na kuona kwamba hatuna kitu. Hatujiwezi kiuchumi na kwamba tumejaa madeni. Sasa, nataka kupitia mimi, uitambue thamani ya mwalimu na uueleze ulimwengu kuwa mume wako ni mwalimu na wewe unajivunia kuolewa na mwalimu. Nitakusimulia historia yangu siku yetu ya kwanza ya fungate na nitakupa zawadi nzuri sana siku hiyo!"

"Utaniua kwa shauku, ila kwa kuwa nimekupenda hivi ulivyo sihitaji kujua mengine, ila tu nitakuombea kwa Mungu usibadilike. Nakupenda Richard!"

"Nakupenda zaidi ya unavyonipenda Lali!" Kisha nikamwacha kitandani. Kulikuwa kumeanza kupambazuka; nikaanza maandalizi ya kwenda sala za asubuhi. Naye akamaliza maandalizi nikampigia simu dereva wa bajaji ili aje kumchukua.

Wakati tukiwa tunatembea, mahaba yalijionesha waziwazi, alinishika mkono kiunoni na mimi nikamshika mabegani mwake.

"Hakika siamini kama kweli wewe ndiye Merabu wa moyo wangu, mwanamke niliyemngoja maisha yangu yote." Niliyasema maneno hayo nikiwa namtazama Lali machoni mwake, alionekana kuvutika sana.

"Richard! Ni vigumu sana kuamini lakini mpaka nakubali kulala kwako, acha iwe hivyo, binafsi ukweli wa maisha yangu naujua mwenyewe. Simulizi yangu ya mapenzi haielezeki hiyo niliyokusimulia ni sehemu tu, lakini sasa najiona ni mwepesi sana. Nimeutua mzigo na kwako nimefika, tumwombe Mungu atufanikishie matamanio yetu."

Mara simu yangu ikaita, kuiangalia, alikuwa ni mama.

"Mwanangu najua hujakubaliana na ombi langu la kumuoa Rose, ni kweli uko sahihi maana nimeshuhudia kwa macho yangu."

"Taratibu Mama, tusalimiane kwanza kisha utanielezea tu."

"Najua hujambo Baba."

"Mimi sijambo! Haya nielezee nini kimetokea."

"Mwanangu, nisamehe sana mama yako. Jana jioni mimi na Nyanji tulienda kuchota maji kisimani, na hapakuwa na watu wengi. Tulipofika kisimani, tukaona ndoo ya maji imewekwa pembeni, Nyanji alipoona hivyo, akaropoka, "Hii ndoo ni ya Rose, kwa nini ameiweka hapa? Bila shaka atakuwa na mtu huko vichakani." Tulipomaliza kuchota maji na kujitwisha ndoo zetu, tukiwa tumetembea umbali kidogo, tukasikia vicheko vichakani.

"Mama unamsikia mke wa mwanao unayemng'ang'ania?" Nyanji aliniuliza. Tukajaribu kusogea walipokuwa, kweli nilivyomwona Rose, nilitupa ndoo yangu ya maji nikaishiwa nguvu. Hivi kweli Rose ni wa kufanya uchafu huo? Kwa kweli sikuwa na majibu. Nimekupigia simu mwanangu kukuomba radhi kwa kila kitu. Sitakuchagulia mke, niko radhi kwa yeyote utakayempata, oa!"

"Nashukuru mama, pole kwa hilo pia."

Mama alikata simu, nikiwa bado naiangalia.

"Nini kimetokea? Mbona umeishiwa raha ghafla?"

"Hapana, Hakuna kitu!" Lali, akanigeukia, akanishika mabegani huku akinitazama machoni, akaniambia kwa upole, "Tazama Richard, wewe na mimi kwa sasa hatutakiwi kufichana jambo. Naomba unishirikishe ili na mimi nijue namna ya kukusaidia."

"Hakuna kitu ni mama yangu alikuwa akinishirikisha jambo."

"Jambo gani?"

"Ni masimulizi marefu ila kwa kuwa unasisitiza, sina budi kukwambia. Kwa muda mrefu sana mama yangu hana raha kwa sababu sijaoa na alinichagulia mke nikamkataa. Sasa leo amenipigia simu kuniambia kuwa anaomba radhi kwa yote na kwamba amethibitisha kwamba msichana ambaye alinichagulia hana maadili na hivyo hafai kuwa mke wangu. Ameniruhusu nioe mwanamke nimpendaye. Na mwanamke huyo si mwingine bali ni Merabu!" Lali akashtuka.

"Nini?" Akasimama mbele yangu na kunizuia kutembea! Nikamwambia tena.

"Merabu!" Lali akageuka pembeni, nikamwona machozi yanambubujika, huku mdomo wake ukitetemeka hawezi kuongea lolote. Nikamsogelea na kumshika mabegani. Akanigeukia.

"Richard! Kwa nini wanaume wote mko hivi? Yaani hata siku haijapita, kwa kuwa umepata ulichokuwa unakitaka, sasa unaniambia unamuoa Merabu? Kwa kweli nakutakia kila la kheri katika ndoa yako, mimi naondoka!" Lali aliyasema hayo nikiwa namsikiliza, alipotaka kuondoka, nikamshika mkono.

"Lali, wewe ni mwanamke mwerevu sana, lakini katika hili umeshindwa. Nakumbuka siku ile hukutaka nikwambie maana ya jina Merabu kumbe hata sasa huijui maana yake." Nikaendelea kumwambia Lali, nikiwa nimemkumbatia.

"Lali, wewe ni Merabu!" Akanitazama machoni!

"Kwangu mimi Merabu ni mwanamke wa thamani, mwenye kuuteka moyo wangu. Mwanamke mwenye sifa zote ninazozihitaji kwa mke wangu. Labda nikupe hadithi fupi. Jina Merabu, lilinisaidia kuishawishi familia yangu pale nilipokataa kumuoa Rose mwanamke niliyekuwa nimechaguliwa na mama. Walinitaka niwaambie jina la mwanamke ambaye nampenda, na pasipo kujua jina Merabu lilinijia kichwani, nikawatamkia, na kuanzia hapo wanajua mpenzi wangu ni Merabu. Kwa hiyo, wewe ndiye Merabu niliyekuwa namngoja kila siku, niliyekuwa namuota kila siku na leo niko naye hapa! Nyumbani kwetu nitakutambulisha kama Merabu na watakuita hivyo!" Lali akatabasamu..

"Oh! Kumbe! Nisamehe nilisahau"

"Hahaha!" Tulicheka huku akinipiga kofi jepesi shavuni, kofi lake lilinifanya nilikumbuke kofi alilowahi kunipiga siku za nyuma. Tulikumbatiana tena. Tulisimama vile kwa muda tukiwa kimya na moyoni mwangu nilikuwa na neno moja tu ambalo ni shukurani kwa Mungu, kwa kumpata mwenye kuuteka moyo. Dereva bajaji alifika na kumchukua Lali mpaka stendi ili arejee Dar es Salaam.

Sura ya 13

"Tunasikitika kuwaambia kuwa, tumepokea taarifa ya huzuni muda huu wa mchana wakati tunaendelea na kesi hii, mwanafunzi mwenzenu na ndugu yetu tuliyekuwa tukimpenda sana. Amefariki dunia leo asubuhi!"

Siku ya kufungua shule nilifika mapema sana kujiandikisha kwenye daftari la mahudhurio ya walimu, baada ya hapo nikaelekea kanisani kwa ajili ya masifu ya asubuhi. Kila mtu alikuwa na shauku ya kujua nini kitatokea siku hiyo. Kazi za usafi wa mazingira na maandalizi ya madarasa zilikuwa zikiendelea na viongozi wa shule walikuwa kwenye kikao tangu asubuhi. Nikiwa nimetulia, mara baada ya chakula cha mchana, mwalimu Kayombo alinifuata.

"Kuna dalili mbaya, nimeona buibui wameitwa kwa mkuu wa shule, na viongozi wote wakuu wako mle wanaendelea na kikao. Leo lazima wafukuzwe watu na hili jambo watu watazimia kama siyo kufa kabisa wewe puuza tu maneno yangu. Tena wewe na Sering'ombe jipangeni, mmoja wenu lazima ang'oke na buibui wote."

"Haya kachero, yote heri" Kayombo aliondoka, akaniacha na mawazo lukuki. Niliwaza sana. Niliondoka kwenda kwa Sering'ombe, nikaingia ndani, cha ajabu nilimkuta Kayombo. Nilicheka na kujisemea moyoni ama kweli aliyemuita Kayombo Vuvuzela hakukosea. Akanichangamkia.

"Richard karibu bwana. Niko hapa na Sering'ombe nampa vipande vyake. Ondekeni bwana tupungue, huenda wachache tuliobaki tutaongezewa mishahara."

"Kumbe kuondoka kwetu kwako ni sherehe?"

"Nakutania tu bwana, si unajua tena mimi wananiita Vuvuzela, mwalimu wa uraia." Sering'ombe akadakia, "Wewe vuvuzela kweli, yaani unaona wenzako tuko kwenye hatihati ya kupoteza kibarua mwenzetu unafurahia tu!"

"Mnisamehe ndugu zangu, lakini nataka niwaambie kitu, katika haya maisha hutakiwi kuiumiza sana nafsi yako kwa jambo ambalo halikutoi roho. Mimi pamoja na uvuvuzela wangu nimedumu hapa tangu shule inaanzishwa, kazi yangu ni kupeleka tu maneno, kwa kisomi zaidi unaweza kuniita kachero. Kwangu hakuna tukio linalonipita. Ndiyo kazi yangu, lakini watu hasa vijana kama ninyi mnakuja na kuondoka kwa sababu mnashindwa kuucheza mchezo."

"Kayombo, unayoyasema ni kweli. Wewe umeshakuwa mmbea wa shule, kila mtu kwako anakufurahia kwa kuwa unampa anachokihitaji. Ila jaribu kusema ukweli, uliyoniambia huenda yakatokea?"

"Hapo zamani alikuwepo mwalimu Paul. Alikuwa akijihusisha sana na hawa watoto, biashara za magendo na mahusiano ya kimapenzi. Nilimfuata nikamwambia unachokifanya siyo, angalia utapoteza kazi yako. Alinipuuza mbele ya walimu wote na akaniita vuvuzela, huyo ndiye aliyenipa hili jina na limekuwa kama nyota njema kwangu japo wengi huona kama laana. Mwalimu Paul aliondolewa tena kwa kuaibishwa mbele ya paredi kuu na tangu hapo hapajawahi kutokea jambo kama hilo.

Ila leo hiki kikao ambacho kimekaa tangu asubuhi pamoja na kikao kilichotangulia cha bodi ya shule, lazima watu wengi wataondoka. Kundi la buibui litafukuzwa shule na baadhi ya walimu. Sasa ni juu yenu kujiandaa kisaikolojia. Kama mtu huwa anadondoka kifafa ni heri asihudhurie kwenye hiyo paredi maana atakufa, mimi naondoka."

Kayombo aliondoka.

"Hatupaswi kuogopa Sering'ombe japo anayoyasema Kayombo huenda yana ukweli wake."

"Hata kama, lazima tutaitwa na kuhojiwa na ili watende haki ni lazima watuite na sisi tutoe utetezi, itakuwa siyo haki kutufukuza kazi bila kutusikiliza."

"Kuna jambo Vuvuzela aliwahi kuniambia kwamba; kutokana na kesi za walimu kuhusiana na wanafunzi kimapenzi, hasa ile kesi kubwa ya mwalimu Paul, mkuu wa shule alishatoa tamko kwamba ukibainika na kosa kama hilo hutasikilizwa. Utakutana na barua yako getini kwa walinzi."

"Kama ni hivyo, basi hakuna uhuru wa maoni na wala haki za binadamu hazizingatiwi. Ila kwa mtu kama mimi ili kujiepusha na aibu ni bora tu wasiniite." Nilicheka sana baada ya kumsikia Sering'ombe akisema vile.

"Naona sasa unakoelekea ni kukata tamaa hebu subiri usije ukachukua maamuzi ya ajabu, kumbuka una familia, mke na mtoto wanaokutazama wewe."

"Hata kama Richard, hivi nawezaje kumwangalia mkuu wa shule, Sista Margaret na Padre Maziku kwa kesi ya kujihusisha na biashara za magendo na wanafunzi? Nitakuwa bado napumua kweli? Haiwezekani kabisa, nasema sitaweza kusogeza uso wangu mbele yao, labda nikiwa nimefungwa miguu na mikono, kazi siyo hapa tu."

"Unafika mbali sana kaka, hebu tulia, huenda kweli tumekosea lakini tusijilaumu kiasi hiki. Ila kwako wewe kama utaona ulifanya kwa makusudi, basi itakuwa ulijitayarisha kwa chochote maana sheria za shule na sheria za kazi zinajieleza waziwazi, kwamba, masuala kama hayo hayatakiwi kwenye jamii iliyostaarabika."

Nikiwa naendelea kuongea kengele iligongwa.

"Hayawi hayawi..."

"Mwisho yamekuwa." Sering'ombe alijibu.

Tukatoka mkukumkuku kwenda eneo la mhadhara na kusubiri utaratibu. Walimu wote pamoja na jopo la uongozi wa shule tukiwa tunaongozwa na mkuu wa shule tulifika mbele ya paredi ya wanafunzi kwa ajili ya dharura iliyokuwa imeitishwa. Mkuu wa shule alianza kuzungumza; "Tumsifu Yesu Kristu watoto wa Maria!"

"Milele amina!" Sote tukaitikia. Mkuu wa shule kama kawaida yake huwa hakurupuki kuongea. Alikaa kimya muda mfupi, nilimtazama mwalimu Sering'ombe, uso wake ulikuwa na wasiwasi mwingi. Kwa mbali nilimwona Kayombo; akanikonyeza. Nikajisemea moyoni, "Hatimaye yote niliyokuwa nayangoja leo ndiyo hukumu yake, lakini Mungu ndiye anayeujua ukweli, hakika haki itatendeka."

Mkuu wa shule akawasalimia wanafunzi kwa mara nyingine tena; "Wanangu hamjambo?"

"Hatujambo na Mama Bikira Maria Mama wa Huruma." Wote wakaitikia.

"Asanteni sana." Akaendelea kuongea, "Tumekutana katika hadhara hii kwa dharura. Yapo mambo mawili kama si matatu makubwa ya kusikitisha ambayo yamesababisha tuitishe paredi kuu kwa dharura, nikianza na jambo jepesi sana.

Kwanza niseme, si kawaida yetu kumtaja ama kumsema mwalimu mbele ya paredi kuu kwa vyovyote vile. Tunawahimiza sana walimu kufuata sheria za kazi na kuzingatia maadili na mahusiano bora kati ya mwalimu na mwanafunzi, mwalimu na mwalimu na pia mwalimu na uongozi wa shule. Sasa, kuna mwalimu mmoja ambaye kutokana na mienendo yake na kwa uchunguzi tulioufanya, ameonesha utovu wa nidhamu na hastahili tena kuwa sehemu ya walimu wa shule hii."

Kabla mkuu wa shule hajalitaja jina, nilijihisi kuishiwa nguvu. Nikasogea karibu na ngazi za jukwaa la paredi ili kwamba nikijisikia vibaya zaidi nikae. Mkuu wa shule akaendelea, "Mwalimu huyu si mwingine bali ni mwalimu Sering'ombe."

"Huuuh!" Nilishusha pumzi, nikajisemea moyoni, "Hata mimi lazima nitatajwa tu." Wakati huo shule nzima ilikuwa kama imenyeshewa mvua, kimya kilitawala. Mkuu wa shule akaendelea kuongea, "Mwalimu huyu na wengine baadhi tunawahifadhi kwa sasa na kupitia yeye wajifunze madhara yake. Unaweza kuharibu maisha ya wanafunzi na yako mwenyewe. Habari za mwalimu, mtu mzima kushiriki kwenye magendo ya wanafunzi, kupiga simu na kupokea fedha haramu za wanafunzi ni vitendo ambavyo havivumiliki, wakati wowote tutachukua hatua. Sasa, mwalimu hatakuwa nasi, na muda si mrefu tutampata mbadala wake."

Kwa kweli, kichwa changu kilizidi kuwa kizito, nikajiuliza kwa nini hajanitaja.

Sikuwa na nguvu ya kusimama muda mrefu, nilikuwa najisikia vibaya sana hasa nikimtazama Sering'ombe ambaye aliondoka kwa aibu kubwa. Kayombo akanisogelea, "Usiwe na wasiwasi, jina lako halihusiki kwa leo."

"Sijali hilo, kaa kando kwanza tumsikilize mkuu wa shule." Mkuu wa shule akaendelea kuzungumza, "Jambo la pili, hawa wenzenu mnaowaona hapa mbele, wako saba japo hapa wanaonekana sita! Huko bwenini wanajulikanaje?" Mkuu wa shule aliwauliza wanafunzi, wote wakaitikia, "Buibui!" Vicheko vilitawala. Wanafunzi walionesha hisia zao waziwazi kwamba hawakipendi kikundi hicho kutokana na vurugu zake. Niliwatazama buibui ambao nyuso zao zilijaa huzuni na wengi wao walikuwa hawafananii kabisa na mambo waliyokuwa wakiyafanya bwenini. Mkuu wa shule akaendelea. "Siyo buibui tu wanajiitaje tena

"Rich-girls', Mabinti matajiri zaidi." Wanafunzi wakarindima

Mkuu wa shule akaendelea kuongea, "Basi hawa buibui leo wamenasa. Wamekanyaga moto na ndiyo sababu kuu tumekusanyika hapa muda huu. Wamehusika na kila aina ya uharibifu ambao umekuwa ukiendelea bwenini na nje ya bweni katika mazingira yetu ya shule huku wakipandikiza tabia chafu miongoni mwenu. Jambo hili ninalilaani na likome mara moja.

Nina uhakika hakuna kikundi kingine chenye tabia chafu kama za hawa wenzenu na kama kipo basi kijiandae kuondoka pia, tunahimiza kuunda vikundi vya maombi au vya kujisomea, na tutaweka utaratibu madhubuti wa kuhakikisha makundi mabaya kama haya hayajitokezi tena. Sasa, kabla sijamaliza jambo la pili, na bila kupoteza muda, wafuatao watafukuzwa shule." Aliwataja wote isipokuwa Diana.

"Kulikoni Diana hajatajwa? Au huenda kweli watu wanamsingizia. Diana hawezi kuwa buibui. Kweli kabisa, Diana hawezi kuwa miongoni mwa watoto hawa wajinga." Mwalimu mkuu akaendelea kuongea, "Tumeshawasiliana na wazazi wenu, muda si mrefu watafika kuwachukua. Naomba sasa niendelee na jambo la tatu. Kabla sijawaambia jambo la tatu naomba niwafahamishe jambo. Mnajua kwa nini mimi niliamua kuwa mtawa? Mnajua kwa nini shule hii inaitwa shule ya Sekondari ya Bikira Maria Mama wa Huruma?" Wanafunzi wote walikuwa kimya, Mkuu wa shule akaendelea kuongea, "Kaeni kimya tu, kama vile hamjui. Ninyi ni wasichana wa Bikira Maria Mama wa Huruma na kwa ajili yenu, sisi tumeyatoa maisha yetu kwa Mungu na tumeukabidhi uzao wetu kwa Mama Bikira Maria Mama wa Huruma. Hatuna kitu tunachokimiliki ila ninyi wasichana wadogo ambao tunawalea na kuwafundisha makuu ya Mama Bikira Maria.

Tunawafundisha huruma yake na kupitia yeye mnapata kuijua nafasi yenu kwa Mungu. Sasa leo tumekutana hapa kuongelea mambo ambayo yanasikitisha, mambo ambayo yanatupaka matope sisi Masista kana kwamba tumeshindwa kuwalea. Mimi huyu nimeshindwa kuwalea?"

Mkuu wa shule aliangua kilio. Alilia kwa uchungu mwingi. Watu wote tuliogopa sana. Kisha, Sista Margaret na walimu wengine wa kike iliwabidi wampeleke ofisini. Huzuni ilitanda, kila mtu alikuwa kimya kiasi kwamba ingekuwa vigumu sana kutofautisha hali ile na msiba. Baada ya muda mfupi, Padre Maziku akasogea na kupanda juu ya jukwaa la paredi, akaanza kuzungumza.

"Ndugu walimu na wanafunzi wote, poleni sana kwa hiki kilichotokea na hasa kumwona mama yetu akilia mbele yetu ni jambo la kusikitisha sana. Mama yetu ni mtu wa furaha na vicheko muda wote lakini leo amelia kwa huzuni, mabinti wa Maria Mama wa Huruma, mmemliza mama yetu. Labda nisiwe msemaji sana, naomba tu nimalizie jambo la tatu ambalo Mkuu wa shule ameshindwa kulisema mbele yenu. Tunasikitika kuwatangazia kuwa tumepokea taarifa ya huzuni muda huu wa mchana wakati tunaendelea na kesi hii. Mwanafunzi mwenzenu na ndugu yetu tuliyekuwa tukimpenda sana, Diana Hilary, amefariki dunia leo asubuhi!"

Sura ya 14

"Hata mimi moyo wangu ulitamani sana nikubusu kabla sijapumzika usiku huu lakini sikuwa na namna ila kwa kuwa umekuja inatosha. Leo nitalala kwa amani sana na usingizi wangu hautakuwa wa kawaida."

Nilijikuta niko hospitalini, sijui hasa nini kilitokea. Wiki kadhaa zilipita tangu niletwe hospitalini, Pius na Neema walikuja kunitembelea.

"Pole sana Richard ila una kila sababu ya kumshukuru Mungu kwa sababu mpaka sasa unaweza kuongea, unakula na hata kutembea kidogokidogo."

"Pole sana shemeji, jitahidi kufanya mazoezi." Neema naye akanipa pole. Nikawauliza maswali mawili mfululizo; "Mnaweza kuniambia ni kweli Diana amefariki? Je, Lali yuko wapi?"

"Kuhusu Diana, hatuna maelezo kamili lakini huenda ikawa ni kweli kwa sababu wewe mwenyewe ulizimia baada ya kusikia habari hiyo shuleni, ila Lali tangu nimpe habari hii, hajaonekana kwenye duka lake nina siku kadhaa simwoni, ngoja nikirudi nitamtafuta ili aje akusalimie."

"Najua Diana hajafa. Lali naye yupo na mambo haya ni kama kiini macho tu. Sasa kwa nini nimelazwa kitandani?" Niliuliza swali huku machozi yakinitoka.

"Pole sana shemeji, jikaze tu daktari kasema muda siyo mrefu watakuruhusu."

"Nasumbuliwa na nini hasa?"

"Kwa mujibu wa daktari anasema ulidondoka vibaya ukaangukia kichwa, kwa hiyo wakadhani kwamba damu imevujia kwenye ubongo ndiyo maana ukapewa rufaa ya kuja Muhimbili, pia amesema, wasingekuwahisha hospitali ungepoteza kumbukumbu."

"Hapana Pius, yote hayo uliyoyasema yananikabili mimi?"

"Shemeji, matatizo tumeumbiwa binadamu, ndiyo maana wodi zimejaa watu, cha msingi ni kumwomba Mungu, upone haraka na wala hupaswi kujilaumu kabisa."

"Nawashukuru sana lakini naomba mkienda muwatafute Lali na Diana, nawahitaji waje hapa." Pius na Neema, waligundua kwamba siko sawa kifikira, waliniacha nipumzike.

Baadaye jioni nikiwa kwenye mazoezi, nilimwona kijana mmoja ambaye naye alikuwa anafanya mazoezi lakini cha ajabu ni kwamba jinsi nilivyokuwa nimefungwa bandeji kichwani na yeye alionekana amefungwa vilevile.

"Kijana nimekuwa nikikuona wodini, cha kushangaza umefungwa kama nilivyofungwa mimi, una tatizo gani?"

"Shikamoo kaka!" Akanisalimia kwanza.

"Marahaba kijana! Pole kwa yaliyokukuta."

"Asante, pole pia."

"Mimi naitwa Richard, ni mwalimu!"

"Mimi naitwa Brighton."

"Unaweza kuniambia kwa nini uko hapa, Brighon?"

"Naweza, ila moyo wangu unauma sana na nikisema nikusimulie yaliyonikuta sijui kama muda utatutosha."

"Tuongee tu mpaka pale muda wa mazoezi utakapoisha." Tulisogea na kukaa pembeni mwa uwanja wa mazoezi.

"Bila shaka hapa ni pazuri, unaweza sasa kunisimulia." Brighton, alisita kuongea, alikaa kimya huku machozi yakimtiririka mithili ya chemchem isiyokauka. Alijikakamua, akaanza kusema;

"Mwalimu Richard, nina rafiki yangu wa kike ambaye siku zote za maisha yangu nimemweka moyoni, napenda kumwita Anna! Niseme tu kwamba nampenda sana lakini hakuwa fungu langu. Anna na mimi tuna hadithi ndefu iliyojaa furaha na karaha pia, tangu utotoni na utu uzima. Anna kwangu ni msichana wa kwanza kumpenda na naweza kusema kwa utundu wake alikuwa mwalimu wangu katika suala zima la mapenzi.

Kufahamiana naye na kisha kuanza mahusiano ya mapenzi haikutokea tu kama ambavyo mtu unaweza kukutana na mwanamke ukamtamani na kumtongoza, kwangu mimi, Anna nimekua naye, tumecheza wote na tofauti tu na shule, tulikuwa majirani. Tumefanya mambo mengi sana, na kwa hatua tuliyokuwa tumefikia, mimi nilikuwa kama mtoto wa kiume kwao na yeye alikuwa kama mtoto wa kike kwetu, kwa maana kwamba hakuna ambaye angetutilia shaka.

Safari ya uhusiano wetu ilianza kama mchezo, nikiwa darasa la saba yeye akiwa kidato cha pili shule ya bweni huko Pwani. Tulikutana likizo moja na kwa kuwa urafiki wetu ulikuwa mkubwa sana tulitafutana mapema sana maana kila mmoja alikuwa na shauku ya kumwona mwenzake.

Tulifanikiwa kukutana, tukawa na faragha, ambapo tulienda bwawani Mwanzugi, mimi nilikuwa na rafiki yangu Joshua ambaye alikuwa akitembea na Susana rafiki yake Anna. Sote wanne tulikwenda bwawani, lakini tulipohitaji kuogelea, Anna alikataa. Basi ikanibidi nianze kuongea naye pembeni, huku Joshua na Susana wakichezea maji bwawani.

"*Brighton umeumbwa tofauti sana, na Mungu amekupa kitu cha kipekee na zaidi kakupatia zawadi ambayo hutakiwi kuikosa maishani mwako na siku ukiikosa, ni bora upotee pia.* Baada ya maneno hayo, nilimuuliza anamaanisha nini. *Wewe ni mtu mzima sasa, unaweza kujua nini kilichopo mbele yako uchukue au nini kilichopo nyuma yako ukiache.* Anna alinichanganya zaidi maana sikuwahi kuwaza hata siku moja kama huwa ananifikiria kwa mtazamo tofauti. Tuliendelea kuzungukazunguka vichakani, huku marafiki zetu wakiendelea kuogelea bwawani. Nilishtukia simwoni Anna, nilitahamaki, nikaanza kuangaza huku na huko. Sikujua nini kimetokea maana tulikuwa wote punde tu. Niliangalia bwawani hakuwepo, nilipotaka kupiga hatua, nilishtukia nakumbatiwa na mtu kwa nyuma. Alinibana kifuani mwake hadi nikaanza kujisikia tofauti. Na akaanza kuongea huku nikiwa nimeduwaa.

"Brighton, tatizo lako wewe mgumu sana kuelewa, lakini kwa hili utanielewa tu, nikuulize kitu?"

"Bila shaka niulize Anna."

"Wakati nilipokuwa nimetoweka kwenye upeo wa mboni zako, ulijisikiaje au uliona nini?" Nilikaa kimya, akanitikisa huku akiwa amenikaba vilevile.

"Niachie tukae chini nikueleze."

"Hapana, mimi nataka uniambie tukiwa tumesimama hivi hivi, maana natamani nikushike hivi maisha yangu yote."

"Anna, umekuwa furaha yangu! Katika maisha yangu sijawahi kuambiwa hivyo na kwa kweli ulipokuwa umetoweka, nilijihisi kupungukiwa kiungo muhimu sana kama ni kwenye mwili wangu, basi moyo wangu ulikuwa umezimia kwa muda." Alicheka sana.

"Unanidanganya Brighton, leo unasema kwa kuwa unaniona. Siku nikitoweka, kweli utanifuata?" Lilikuwa swali gumu sana kwangu lakini kwa upendo uliokuwepo kati yetu, nilimjibu.

"Anna, kama kweli umeamua kunipenda hadi ukomo wa maisha yako, basi nitakupenda hadi ukomo wa maisha yangu na popote utakapokuwepo nami nitakuwepo." Alinigeuza kwa nguvu. Akanivuta kichwa changu. Akanibusu sana kwenye mdomo wangu. Kwa mara ya kwanza nilionja busu la msichana japo sikujua raha yake. Tulitazamana kwa muda tukiwa tumekumbatiana, tukazama zaidi kwenye mahaba mazito kwa muda mrefu, mara tukasikia kelele, tukarudi katika fahamu zetu; walikuwa ni Joshua na Susana wakitushangilia.

"Tangu nianze kuona wapendanao, Brighton na Anna ni wa kipekee, lakini hamtufikii sisi!" Alisema Susana. Tulicheka sana, kila mmoja akiwa amemkumbatia mpenzi wake. Ilikuwa ni siku moja lakini niliona kama vile Anna ndiye alikuwa mke wangu na hata tulipokuwa watoto wadogo tukichezea makopo, tulipenda sana kuishi maisha ya familia. Mimi ni baba na yeye ni mama. Tangu siku hiyo, mimi na Anna tukawa wapenzi japo kwa siri sana maana tulikuwa wanafunzi, tulifanyiana mambo mengi sana.

Nilihakikisha hakosi haja ya moyo wake kama vile nilivyokuwa namfanyia utotoni. Niliiba fedha nyumbani ili nipate kumnunulia ubuyu Anna wangu. Nilifanya hivyo japo kwa kustahimili adhabu kali ya viboko huku nikimficha Anna kuwa mama alinichapa. Tuliendelea kuwa katika mapenzi, hata likizo ilipoisha alienda zake shuleni.

Nilikuwa namkumbuka kwa barua, na yeye alipenda sana kuniandikia barua na kuwapa kina dada ambao walikuwa wanawasimamia bwenini wazitume kwa posta. Mara zote nilifarijika sana kila nilipopokea barua kutoka kwa Anna. Nilijua hali yake kiafya na maendeleo ya kimasomo zaidi ya wazazi wake, na zaidi tuliongelea mapenzi yetu.

Alikuwa akijitahidi sana kuniandikia barua yenye ujumbe mzito kimapenzi, kwa kweli ninaweza kusema, Anna alikuwa fundi sana wa kuyaanika mahaba kwenye karatasi maana kila nilipokuwa nikisoma barua yake, nilijihisi niko naye. Alikuwa akiandika akikumbushia maneno matamu ambayo tumewahi kutamkiana lakini zaidi maeneo ambayo tulikuwa tukipenda kutembelea kama bwawani, vichakani na milimani. Ili mradi tu liwe eneo ambalo tuliwahi kwenda tukapata utulivu na tulikuwa tukipendelea zaidi kwenda maeneo ya kando ya mji.

Nakiri kwamba tulianza kushiriki mapenzi tukiwa wadogo sana. Wakati huo mimi nilikuwa na miaka kumi na mitano na yeye alikuwa na miaka kumi na sita japo yeye alianza shule mapema kuliko mimi. Ilikuwa tamaa tu ya kutaka kujua mapenzi yako vipi na pia kuogopa kumpoteza unayempenda. Kila mmoja aliogopa kumpoteza mwenzake maana shule ilikuwa imeshaanza kututenganisha na njia pekee ilikuwa ni kutamkiana maneno ya kupendana ili kulilinda penzi na ahadi ya kuoana pale muda na umri utakapofika.

Yapo mengi ya kuongelea kuhusu Anna na mimi, lakini kwa ufupi ninaweza kusema kwamba penzi la utotoni ni upuuzi mtupu kwa maana mimi na Anna tulipendana si kwa sababu tulipendana kiuhalisia, ni kwa sababu Anna kwangu alikuwa ndiye msichana niliyekuwa namfahamu toka mwanzo na mimi kwake nilikuwa mvulana pekee ambaye angeweza kumwona kila mara, na hivyo kusababisha sisi wawili kuwa katika mapenzi japo tulipoonja utamu wake, tulikolea na hatukuwa na sababu ya kutengana.

Umri ulivyozidi kusonga, akili ya kiutu uzima ikawa imeanza kumea vichwani mwetu na hamu ya kutaka kujua zaidi iliongezeka si kwa mtu mmoja tu wa karibu hata kwa wengine. Nasema hivyo kwa sababu Anna alipofika katikati ya kidato cha tatu alipunguza na baadaye kuacha kabisa kuniandikia barua. Mimi sikuacha kumwandikia, japo mfululizo wa barua kumi haukujibiwa.

Aliporudi likizo ya mwezi juni, hakukaa, alienda moja kwa moja Moshi mjini kusoma masomo ya ziada. Hakuniaga na tangu hapo sikuonana naye tena. Wakati wote akiwa kidato cha nne uhusiano wetu ulikuwa umepungua, na hata nilipomfuata Susana, alinijibu kuwa Anna si mwenzangu tena, bora uzoee tu maana Anna ameshakua mtu mzima na yupo na watu wenye pesa. Mimi sikuwa hata na hela ya kununulia nguo! Akanishauri niachane naye.

Kwa maneno ya Susana niliumia sana na ndipo niliunganisha maneno niliyosikia kuwa anawatongoza walimu, anatoka na kinyozi wa shule na wengineo. Sikuwa na la kusema tena. Nilikata shauri na kujisemea mwenyewe kuwa hakuwa fungu langu. Tangu siku hiyo nilichukua kila kitu chake nilichokuwa nacho; picha, barua, maua na kuvifungia kwenye boksi, sikutaka hata kumwona na sikumfuatilia tena Anna na maisha yake shuleni na hata akiwa nyumbani.

Juzi juzi nilisikia amerudi nyumbani Igunga. Nakumbuka ilikuwa siku ya Jumamosi nilikuwa natoka kuchukua daftari la jiografia kwa rafiki yangu. Nilipita karibu na hospitali mara nilishtukia mtu ananiita, kugeuka huku na huko sikuona mtu.

"Mbona kama sauti naifahamu?" Niliwaza. Nikaendelea na safari yangu, hata kabla sijazimaliza hatua tatu nilikabwa kwa nyuma, nikiwa nimetazama juu mawinguni nilijiuliza alikuwa nani. Nilipata jibu ni binti, kwa ulaini wa ngozi yake na ubaridi niliokuwa nauhisi akiwa amenibana sawasawa kifuani mwake na wala sikuwa na sababu ya kupiga kelele bali kuwaza kuwa alikuwa ni nani. Tukio lile lilinikumbusha siku Anna aliponikumbatia bwawani na kwa haraka zaidi niliyakumbuka maneno ya Anna pale bwawani. Kisha nilisikia sauti nyororo yenye kuomba radhi;

"Brighton, hata usiponiona najua utaishi, hata usipokuwa nami, najua Mungu atakupa mwingine lakini kwa kuwa nipo, mimi ni wako, wako kabisa, na siku zote nimekuwa nikitembea huku na huko, nikijaribu kuingia kila aina ya nyumba, lakini wewe umebaki kuwa wa kipekee. Ndiyo maana leo, tumekutana pasipo kukusudia, naamini Mungu ametukutanisha mimi na wewe ili tusameheane na penzi letu lizidi kusonga. Ninaomba unisamehe Bright." Anna aliniambia.

Kwa kweli, sikuwa na neno la kusema, machozi yangu yalinena wazi machungu niliyokuwa nayo moyoni juu ya Anna.

"Kweli Anna amenitesa sana, amenisaliti na najua hata kile alichokuwa ameniahidi hana tena. Najua Anna si kitu tena." Niliwaza.

Nililia sana, na sikujua ni muda gani tulihama njiani na kujibanza kwenye jengo ambalo halijakamilika na tulikuwa wawili tu. Nilikuwa nimehama kabisa katika ulimwengu huu wa kawaida. Anna alichukua leso yake, akayafuta machozi yangu.

"Jipe moyo, aliye hai haliliwi Brighton, mimi nipo na nimeyatambua makosa yangu. Nimetubu nisamehe tulienzi penzi letu. Japo nimekusaliti na kukuumiza, nisamehe. Hakika sitakuumiza tena mpenzi wangu."

Bado sikuwa na la kuongea, niliendelea kumsikiliza Anna. Aliongea mambo mengi huku nikiwa natikisa kichwa tu, kushoto kulia hapana, juu chini ndiyo. Alinieleza jinsi alivyopata vishawishi, alinielezea yote aliyokuwa anayafanya shuleni, jinsi alivyokuwa akiwatongoza walimu na jinsi alivyokuwa akitumika tu na kuachwa.

"Najuta kuwa hivi Brighton, ujue mpaka nimechangia mwanaume na mtu ambaye namheshimu kama dada yangu! Huwezi kuamini na tangu hapo niliona wanaume hawafai ndiyo maana nimerudi kwako Brighton japo nimechelewa na sidhani kama nitakufurahisha kama ambavyo ulitamani tangu mwanzo."

"Anna, nakupenda tangu mwanzo, nitakupenda hadi mwisho"

Tulikumbatiana na kuongea mengi sana kana kwamba dunia ilikuwa inakoma siku hiyo. Tulipanga kukutana mara baada ya misa ya pili, ili twende bwawani mahali ambapo tulitamkiana kupendana kwa mara ya kwanza tukalienzi penzi letu na kwamba tukauone mwanzo mpya.

"Brighton, japo sikuwa na wewe muda mrefu katika mapenzi hata muda huu kwangu naona unatosha kulirudisha hai penzi letu, ninaahidi kukupenda daima."

"Anna, wewe ni wangu hata ulipotoweka kwangu, daima nilikuona ukiishi katika moyo na hisia zangu. Bado nakupenda na nitakupenda daima."

Tuliagana huku kila mmoja akiwa hatamani kumwacha mwenzake. Tulipungiana mikono mithili ya mwali aagavyo nyumbani siku ya kuolewa, kana kwamba hatorudi. Nilimshukuru Mungu kwa kumrudisha Anna wangu. Kwa kweli nilikuwa nikijifanya roho ngumu kumwacha japo kwa kustahimili maumivu makali. Kurudi kwangu ilikuwa ni furaha iliyoje.

Kila mmoja alielekea nyumbani kwao, na jambo la kutumaini lilikuwa ni kukutana mara baada ya misa ya pili kuisha kanisani. Anna alienda akiwa mwenye furaha sana, japo machozi yalikuwa yanamtoka. Nilitembea umbali mrefu kama nusu saa hivi kuelekea nyumbani kwetu mtaa wa hanhan.

Nilipofika nyumbani, kabla sijaingia ndani, nilikumbuka daftari la jiografia.

Nilijicheka kwa kuzama kwenye mapenzi hadi kusahau daftari. Ama kweli, aliyesema penzi ni kitovu cha uzembe alifikiria mbali sana.

Niliingia ndani na kumkuta baba. Nilimshawishi aniruhusu kwenda kuonana na marafiki zangu ili tujadiliane baadhi ya maswali, akakubali.

Nilichukua baiskeli yangu na kuiendesha kwa upesi sana, wakati nataka kuvuka njia panda ya kuelekea hospitalini, lilipita gari likiwa na mwendo wa kasi sana, vumbi lilinifunika, nikadondoka chini. Sikujua kilichokuwa kinaendelea, watu wengi waliokuwa wamenizunguka, waliniuliza kama nimeumia; nikawajibu niko sawa. Kabla sijainuka nilikaa chini nikatafakari, 'ina maana leo nilikuwa nakufa? Mmh! lakini hapana, nitakufaje wakati ni leo tu nimetoka kurudiana na Anna! Hapana siwezi kufa, nitaishi tu kwa sababu Anna yupo.'

Niliinuka na kujikung'uta vumbi. Niliendelea na safari yangu na nikatamani kumwona tena Anna usiku ule. Nilienda mpaka kwenye lile jengo, nikachukua daftari. Nilisimama kwa muda nikitafakari. Kwa maneno yake, niliamini atakuwa amenirudia kweli kweli.

"Kwa kuwa bado ilikuwa mapema, na nina baiskeli, niliendesha kwa kasi nikiwa na wazo la kupitia kwa kina Anna nimwone hata kwa mbali ndipo niende nyumbani. Nilichokuwa nakitafakari ni uso wa mrembo Anna, ambaye kwa kweli sikutosheka kumwangalia muda wote nikiwa naye.

'Anna, kwa kweli umeuteka moyo wangu, mawazo yangu na kila ninalofanya ni juu yako. Usiniache tena peke yangu, usiniumize tena. Wewe ni wa pekee kwangu ndiyo maana uliniacha na ukanikuta nakungoja.'

Mawazo yalikuwa yakinipeleka mbali mpaka nilijikuta naongea peke yangu.

Tulikuwa tumehama mtaa huo muda mrefu hivyo nilijua majirani wakiniona watajua nimekuja kwa Anna. Nilishuka kwenye baiskeli na kutembea karibu na nyumba ya kina Anna. Nikakutana na mama yake Anna.

"Brighton!" Nilishtuka.

"Naam mama; shikamoo."

"Marahaba" aliniitikia huku akiwa hana furaha sana. Mama Anna namfahamu mno tangu marehemu mama alipokuwa hai. Alikuwa akimtembelea mama yangu nyumbani na kwa ufupi alikuwa mama yangu pia maana Anna ni mimi na mimi ni Anna huwezi kututofautisha.

"Mwenzako yupo mbona huji kumsalimia?"

"Ni kweli Mama, muda mrefu hatujaonana tangu shule zitutenganishe hata hivyo leo nilimkumbuka sana na kama nitaweza kumwona sasa hivi nitafurahi sana."

Nikiwa na furaha kuwa nimepata bahati ya kwenda kukutana na Anna kwa urahisi, Mama Anna kwa upande wake alionekana mwenye mawazo sana ambapo si kawaida yake, maana uchangamfu wa Anna ameuchukua kwa mama yake.

Nilihisi kuna jambo linaitafuna nafsi ya mama Anna na kidogo Anna japo yeye aliponiona akanichangamkia kana kwamba ndiyo tunaonana kwa mara ya kwanza tangu miaka kumi iliyopita. Nikamuaga Mama Anna na kumwamba amruhusu Anna anisindikize. Anna akanisindikiza.

Tulitembea mpaka nje ya geti bila kusemeshana nikiwa nakokota baiskeli yangu. Anna alinishika bega, akaniita.

"Brighton!"

"Naam!" Nilimwitikia.

"Mbona umerudi na kwa nini umechafuka hivi na naona una kovu kwenye mkono wako!" Nilijiangalia, ni kweli nilikuwa nimechubuka kidogo na damu ilionekana kwa mbali.

"Huwezi kujua, nimehisi kwamba nahitaji kukuona, roho yangu inaniuma sana kama hutojali, naomba nisikuambie kilichotokea nikachafuka na kupata kovu." Anna akatabasamu.

"Hivi unanipenda kweli Brighton?"

"Kwa nini unauliza hivyo?"

"Unanishangaza, ni leo tu umekuwa karibu na mimi na unanipenda. Kwa nini hutaki kuniambia nini kimekutokea?"

"Nimwambie nini Anna ili aniamini? Nikimwambia ukweli ataumia sana!" Niliwaza, pasipo kujua cha kusema.

Nilikaa kimya kwa muda kama dakika moja hivi, Anna akaniambia tena, "Kama huniambii basi utakuwa hujanisamehe!"

"Anna."

"Abee Brighton!" Aliniitikia huku akiniangalia kwa jicho la upole!

"Usiwe na wasiwasi, hakuna kitu kilichonikuta hata uwe na wasiwasi juu yangu. Hili kovu nilidondoka wakati narudi nyumbani."

"Pole Brighton!"

Tuliendelea kutembea kila mmoja akiwa kimya. Mbele kidogo, tulisimama na kuangaliana; mioyo ikakamatana na macho yakashibana.

Hakika urembo wa Anna ulikuwa ni burudani pendwa ya muda wote kwa mboni zangu.

Sikumbuki ulikuwa umepita muda gani, Anna alikuwa kifuani mwangu, akinibusu bila kukoma. Sikuwa na hiyana, nilimbusu pia huku nikishika nywele zake.

"Hakika leo nisingefumba mboni zangu bila kukubusu ndiyo maana nilirudi."

"Hata mimi moyo wangu ulitamani sana nikubusu kabla sijapumzika usiku huu lakini sikuwa na namna ila kwa kuwa umekuja, inatosha. Leo nitalala kwa amani sana na usingizi wangu hautakuwa wa kawaida."

Tulikumbatiana tena, "Anna nimechelewa, baba atakuwa ananisubiria nje ya geti. Naomba nikuache, kesho tukutane kanisani kama tulivyokubaliana!"

"Brighton, hebu nitazame vyema!" Nilimtazama.

"Unanionaje?'

"Nakuona wewe kama msichana wa ndoto zangu, nakuona leo na hata kesho; siku zote utakuwa nami moyoni. Nakuona msichana niliyetokea kukupenda kwa mara ya kwanza na ya mwisho. Nakuona Anna, msichana mwenye kustahili maisha marefu na yenye mafanikio, msichana mwenye familia nzuri hapo baadaye."

Sikujua Anna alianza kulia muda gani japo nilipotaka kumjali alicheka.

"Brighton, chozi hili ni chozi la toba, chozi la furaha pia! Mengi umeyasema lakini mola ndiye anayejua maana kwa kukusaliti niliharibu maisha yangu. Naogopa pengine ndoto zako huenda zisitimie kama ulivyosema ila kama kweli umenisamehe naomba tu uende sasa na mimi nitakuwa na amani muda wote na hakika nitakupenda daima."

Kwa maneno hayo sikuwa na cha kumwambia Anna, nilimkazia macho sana. Nilitabasamu na huku nikiinua baiskeli yangu na kuondoka. Nilifika nyumbani, mzee wangu hakuwa na noma sana. Harakaharaka nikaingia kuoga kwenye bafu la nje ili mtu yeyote asinigundue. Nilifanikiwa kuoga na kujiweka sawa, hakuna aliyenitilia shaka.

Baada ya chakula cha usiku, kabla ya kulala, niliandaa nguo za kanisani. Hata asubuhi ilipofika, kama kawaida nilikuwa na shauku ya kwenda kanisani ili nikakutane na Anna. Nilijiandaa vyema, nguo mpya na kwa kweli ninaweza kusema, nilihitaji kuonekana tofauti maana kwa furaha niliyokuwa nayo ya kwenda kukutana na Anna, nilijipamba sana huku nikijipulizia manukato mazuri, yote nipendeze nikamvutie zaidi mpenzi wangu.

Nilifika mapema sana kanisani; nilisali na kumwomba Mwenyezi Mungu nikiwa nimeyagusa maji ya Baraka. "*Mungu wangu, kwa maji haya unioshe na kunitakasa dhambi zangu maana sistahili. Hii ni nyumba yako, naomba neema yako, nikae vizuri na machoni pako nipaogope.*"

Nikasali sala ya Baba yetu. Salamu Maria na Atukuzwe, huku nikipiga ishara ya msalaba.

Kengele zote mbili za kuingia kanisani ziligongwa, nilitoka nje maana moyo wangu haukuwa na utulivu. Hakika nilikuwa nahitaji kumwona Anna ili nisali kwa utulivu. Wasimamizi walinifuata na kuniambia ninatakiwa niwe ndani lakini niliwaambia najisikia vibaya. Nilikaa pale nje nikiangaza huku na huko pengine nitamwona Anna. Hakuonekana. Nilijipa moyo kuwa inawezekana hajafika kanisani ila ahadi yetu iko palepale, hawezi kuivunja."

Niliingia nikakaa nyuma kabisa, siku hii misa ya pili haikuwa na watu wengi. Misa ilianza, nyimbo nzuri ziliimbwa. Kwa kweli moyo wangu haukuwa na utulivu kabisa. Nilijikaza lakini nikashindwa, nilitoka nje mara tumbo likavurugika nikajihisi kukimbilia msalani.

Hata sijui ilikuwaje, niliharisha sana. Nilikaa chooni mpaka misa ikafika wakati wa matangazo. Wakati natoka, nilikutana na Susana. Nilidhani alikuwa anatokea kanisani.

"Pole sana Brighton!" Bila wasiwasi nikijua amejua nimetoka 'kuendesha.' Nikamjibu,

"Asante sana, hata mimi nimeshangaa sana kwa nini imekuwa hivyo. Yaani nimejikuta tumbo linakata kwa nguvu, nikajihisi kwenda chooni. Nimekaa huko muda wote wa misa. Nahisi siko sawa."

"Pole sana Brighton."

Wakati huo tulikuwa tunaelekea ilipo sanamu ya Bikira Maria. Nikapanda ngazi kwa ajili ya kwenda kuomba; kabla sijasema lolote nilipomtazama Susana, hali yake haikuwa sawa.

"Kulikoni Susana?"

"Hamna kitu." Alijibu huku chozi likimdondoka.

Nilitaka kumshika mara akaja rafiki yangu Joshua, naye akaniambia.

"Pole sana Brighton, ni mipango ya Mungu."

"Mmh! Kulikoni, ina maana mimi 'kuendesha' imekuwa mipango ya Mungu? Na kwa nini Susana analia?"

"Nasikitika huna taarifa Brighton!" Joshua alisema.

Nikiwa nimeduwaa sielewi ninachoambiwa. Joshua akasema tena, "Anna, hatupo naye tena duniani."

Kilichofuata sikujua lakini kwa maelezo niliyopewa ni kwamba nilipoteza fahamu na kudondoka kwenye ngazi chini ya sanamu la Bikira Maria. Damu nyingi ilimwagika kisogoni kiasi kwamba wakahisi damu imevujia kwenye ubongo hivyo nilipatiwa huduma ya kwanza tu katika hospitali ya wilaya na kupewa rufaa ya kwenda hospitali ya taifa, Muhimbili kwa ajili ya vipimo vikubwa vya *EEG* na *CT Scan*.

"Mwalimu Richard, siumii kwa kuwa mimi nimelazwa kwa sababu ya Anna, ninachoumia ni kwamba, sitamwona tena Anna katika mwili na nyama na ndoto yangu haitatimia. Haya ndiyo ninayoweza kukwambia kuhusu mimi."

"Pole sana Brighton, kwa kweli kisa chako kimeigusa sana. Huenda kikafanana na changu na kwa kuwa muda wetu wa kuwa nje umeisha, naomba tukapumzike, kesho tukikutana nitakusimulia kisa changu pia."

Tuliagana na Brighton na kila mmoja akaondoka.

Sura ya 15

"Mungu amekupa karama hii ili uielimishe dunia. Nakushauri usituangalie sisi wala Diana aliyetangulia mbele ya haki, waangalie watoto wengine maelfu wanaozaliwa..."

Mapema asubuhi siku iliyofuata, Paula alifika kunitembelea hospitalini akiwa amebeba zawadu na vyakula mbalimbali ikiwemo matunda. Nilimpokea kwa furaha sana huku naye akishindwa kuizuia shauku yake. Alinisalimu.

"Shikamoo Mwalimu Richard." Kwa aibu na machozi yakimtiririka.

"Paula jikaze, ni wewe pekee ambaye nataraji unipe maelezo kwa kina nini kilitokea nilipozimia na zaidi, ukweli kuhusu kifo cha Diana."

"Mwalimu Richard, kwanza kabisa naomba utusamehe sana sote kwa mabaya yote tuliyokutendea wewe pamoja na Mwalimu Sering'ombe. Ni utoto tu naweza kusema, hivyo hatukuwa na jambo lingine la maana.

Ni kweli Diana amefariki na kuhusu nini kimesababisha umauti wake sijui labda tujaribu kutafuta mtu wa karibu zaidi na familia ili atujuze maana shuleni tuliambiwa hivyo tu. Hapa labda nikusimulie tu machache ambayo yalitokea ndani ya kikao cha viongozi wa shule na yale yaliyotokea baada ya wewe kuzimia."

"Endelea tu kunisimulia Paula."

* * *

"Kwanza naomba nikwambie kwamba, yote ni ya kweli wala hatujasingiziwa jambo, hilo fahamu. Kabla ya paredi kuu tuliitwa ofisini tukiwa sita, Diana hakuwepo. Tulipoingia tukaambiwa tukae chini kabisa kwenye sakafu. Mkuu wa shule alibainisha kuwa kati yetu wapo walioitwa kwa mara ya kwanza na wengine ni kwa mara ya mwisho. Na kwamba ana kesi zetu nyingi sana, na amekuwa akituchukulia kama watoto wadogo ambao tunahitaji rehema ya Mungu lakini sasa imefika mwisho. Alisisitiza pia kuwa tumewasurubu wenzenu na kuwakosesha amani na kwamba wala tusishangae aliyajua vipi mambo yetu maan hakuwepo bwenini kwenu lakini watu wake, wamekuwa wakimwambia na kuna baadhi ya mambo aliyashuhudia mwenyewe.

Aliendelea kututhibitishia pia kuwa anatufahamu vyema kwamba tuko saba, kiongozi wetu ni Kei na mmoja wetu hakuwepo siku ile ambaye ni Diana. Alituchambua mithili ya mchele wa kupika hasa akiwa amekereka zaidi na Kei ambaye alikuwa anasomeshwa na shirika halafu akaibukia kuwa kiongozi wa buibui. Leo mko sita mwenzenu Diana hajarudi shule, yeye hukumu itamkuta hukohuko aliko. Na Kei mmempa jina hili kwa sababu mnayoijua wenyewe. Mmefanya uchafu mwingi ambao haupendezi mbele za Mungu na wanadamu. Kwa kweli, kwa mtu asiyewajua atafikiri hamna familia. Leo mwisho wenu umefika."

Mkuu wa shule aliongea kwa uchungu sana na alionekana anatufahamu kwa undani na kilichonishangaza zaidi ni kwamba anatufahamu wote, kiongozi wetu Kei na pamoja na Diana ambaye muda wote alijivika ngozi ya kondoo na kuigiza kama mtoto mnyenyekevu.

"Mwalimu Richard, msamehe sana Diana na Mungu amuweke mahali pema peponi. Maana alifanikiwa sana kukudanganya na kweli kwako alionekana kuwa kipenzi chako."

Mkuu wa shule akaendelea kuongea na viongozi wa shule na mbele yetu,

"Hawa watoto bila hata ya kufanya kikao, kwa maovu yao hawawezi tena kuendelea kuishi hapa. Watoto hawa si aina ya watoto tunaowahitaji."

Baba Padre, Maziku naye akasema neno,

"Mkuu wa shule, hawa watoto ni uhakika wamejifunzia tabia hizi humu humu ndani. Kwa hiyo, kabla hatujawafukuza shule ni lazima tujiridhishe kama hiyo ndiyo itakuwa suluhisho na kwamba hamna tena kundi lingine lililobaki nyuma."

"Ni kweli baba, lakini pole, kwa kuwa hufahamu chanzo cha tatizo ni kuruhusu mwanafunzi aliyefeli kurudia kidato cha kwanza. Kei ndiye kinara wa haya mambo, amerudia kidato cha kwanza mara mbili, na yeye ndiye mwasisi wa hayo mambo hapa." Mkuu wa shule alisema.

"Ni kweli Sista Maria, bila shaka hatuna budi kutupilia mbali suala la watoto kurudia darasa, ni lazima sasa tuzingatie sheria za shule zinasemaje." Padre Maziku alisema.

"Kabla hatujawapeleka paredi ni lazima wakiri makosa yao na waandike barua na watutajie majina ya wengine ambao wanafanya mambo kama haya bwenini."

Mkuu wa shule akamwita Kei na kumuuliza Diana alipo.

"Hayupo shule!" Kei alijibu na Mkuu wa shule akamuuliza tena, "kama kiongozi wa kundi una taarifa zake?"

"Hapana." Kei alijibu

"Itafahamika tu leo hii! Mbona mtasema tu." Mkuu wa shule alisema.

Kisha akamwagiza Sista Margaret apige simu kwa wazazi wa Diana.

Sista Margaret alitoka nje ili apige simu kwa wazazi wa Diana, awajulishe kuwa Diana anahitajika! Mkuu wa shule akaendelea kuongea,

"Kei tueleze ni namna gani ulifanikiwa kuunda kikundi cha watu saba licha ya sheria kali za shule!" Kwa kweli, wote tulikuwa tunatetemeka kwa hofu huku mimi binafsi nikitamani kujua ukweli maana niliingizwa kwa nguvu kwenye kundi hili, na nahisi wengi wetu hatujui namna gani kundi lilianzishwa. Basi, Kei akaanza kuzungumza,

"Kwanza kabisa, napenda kuomba radhi kwa maovu yote niliyoyafanya, najua nimesababisha maafa mengi, wanafunzi wenzangu wengi wamepotoka kimaadili kwa sababu yangu. Nimewafundisha mambo mengi ambayo mwisho wake wasichana wengi wameishia pabaya. Kabla hamjanisamehe, ningependa Mkuu wa shule uniruhusu nizungumze jambo!"

"Endelea!" Mkuu wa shule, alimruhusu.

Kei, akafuta machozi na hapo mimi nilipigwa butwaa kwa mara ya kwanza namuona Kei akitokwa machozi. Nimewahi kushuhudia Kei akichwapwa viboko vingi sana lakini halii, leo Kei katokwa na machozi,

"Kweli yamemfika shingoni!" Nilijisemea. Kei akajiweka sawa, alituangalia sote,

"Naombeni mnisamehe sana, ninyi si marafiki zangu kama mnavyonifahamu na laiti mngelijua ubaya niliowatendea msingeliniacha hai!"

Wote tulimwangalia Kei kwa huzuni na kutazamana sisi kwa sisi. Kei akamwangalia Mkuu wa shule , akamwambia,

"Mama, kurudia kwangu darasa mara mbili ni kwa sababu wewe uliamua iwe hivyo na haukuwa na sababu nyingine bali ni kwa sababu ulinipenda sana na kwa kuzingatia umri na mwonekano wangu, uliniona mdogo sana na kwamba huenda sikufaulu mitihani yangu kwa sababu hiyo. Mkuu wa shule huenda kuharibikiwa kwangu umechangia wewe pia!"

Wote tulistaajabu na kutazamana. Mkuu wa shule akamwambia Kei,

"Endelea wala usiogope, ongea chochote ilimradi kiwe cha kweli!" Kei akaendelea kuongea, "Nawaomba radhi sana wazazi wangu, nimewakosea sana, lakini na wao huenda mchango wao ni mkubwa katika kuharibikiwa kwangu."

Tulishangaa sana kumsikia Kei akitamka maneno yale. Aliendelea kuongea,

"Nakumbuka tangu naanza kujitambua, mama yangu alikuwa akinivalisha nguo za kiume jambo ambalo baba alikuwa anamgombeza mama. Niliwahi kuwashuhudia wazazi wangu wakigombana kwa sababu yangu. Siku moja, baba alitoka kazini mapema sana, akanikuta nimevalishwa nguo za kiume, baba alimkwida mama na kumpiga huku akimkaripia kwa maneno makali,

"Sitaki mwanangu umfundishe tabia zako!"

Mbele yangu, baba alitamka maneno ambayo hadi leo sijui maana yake lakini kwa yale ambayo nimekuwa nikiwafanyia wasichana wenzangu bwenini ni maana tosha ya kile ambacho baba alimaanisha kuwa ni tabia za mama. Nakumbuka tangu nilipojiunga kidato cha kwanza kwa mara ya kwanza nilikuwa na tabia za kiume.

Peke yangu nilifanikiwa kukaa bweni la kidato cha nne ambalo kiutaratibu kama kidato cha kwanza sikutakiwa kuchanganyika na wanafunzi wakubwa na wewe Mkuu wa shule ndiye uliyetoa agizo nipangiwe bweni la kidato cha nne. Maisha yangu yaliharibika tu mara baada ya mimi kuhamia bweni la kidato cha nne.

Niliyojifunza mle, nimekuwa nikiyafanya maisha yangu yote na ndiyo maana wakaniita Kei! Naumia sana, najisikia uchungu usio na kifani! Naomba radhi sana."

Kabla Kei hajamaliza kuongea, Sista Margaret alirudi akiwa anahema sana kama mtu aliyekuwa anakimbizwa. Akasema,

"Hebu wanafunzi tokeni nje!" Tulitoka nje bila kujua nini kinaendelea.

Tulikaa pale nje kwa muda wa kama nusu saa. Wakatoka, mkuu wa shule akaagiza kengele igongwe.

* * *

Mkurugenzi alipotamka tu kuwa Diana Hilary amefariki…

Shule ilizizima kilio, tulichanganyikiwa na baadaye walimu walionekana wamekuzingira kumbe ulikuwa umezimia. Wanafunzi wengi walizimia. Ulipodondoka kwenye ngazi za jukwaa la paredi damu nyingi sana ilikutoka kichwani. Kulikuwa na taharuki kubwa sana.Yaani tulipiga kelele kama tumepagawa na mapepo.

Kila mtu alilia sana maana haijawahi kutokea hivi karibuni mwanafunzi kupoteza maisha na zaidi watu walilia kwa sababu watu wengine yaani sisi sita tulifukuzwa shule. Hayo ndiyo yaliyojiri siku ya paredi kuu.

"Pole sana Paula kwa kumpoteza Diana rafiki yako. Poleni nyote kwa kufukuzwa shule na pia pole kwa mwalimu wetu wa michezo, Sering'ombe kwa kufukuzwa kazi. Mimi sasa nimebaki mkiwa sana na ninaamini watanifukuza kazi punde nitakaporejea kazini."

"Asante Mwalimu Richard, ila kwa upande wako hawawezi kukufukuza kwa sababu Sista Margaret alimwambia mkuu wa shule kila kitu na sisi wenyewe wakati tunahojiwa tulisema matukio yote ilikuwa ni michezo yetu hata lile la kukufungia bwenini tulikuwa tumepanga kukukomoa."

"Sawa Paula. Lakini kwa vikwazo na kukosekana Diana pale shuleni sioni tena raha ya kuendelea kufanya kazi pale. Nitabadili maisha kabisa, sitafundisha wanafunzi tena."

"Utafanya kazi gani sasa?"

"Mwalimu wa uhasibu ni mhasibu, kwa hiyo nitatafuta kampuni moja niajiriwe huko."

"Sawa mwalimu, japo ndani yako ualimu utakufa lakini wewe ni mwalimu wa kweli. Mungu amekupa karama hii ili uielimishe dunia. Nakushauri usituangalie sisi wala Diana aliyetangulia mbele ya haki, waangalie watoto wengine maelfu wanaozaliwa na kwa kisa hiki, wewe ndiye utakayekuwa mwalimu bora sana katika kupigania elimu kwa watoto wa kike. Wewe utakuwa balozi wa elimu kwa mtoto wa kike."

"Asante sana kwa maneno yako mazuri Paula. Hata wewe nakushauri usikate tamaa. Ushauri wako nimeupokea nitaendelea kuwa mwalimu lakini nakuomba na wewe uwe balozi na kama itakupendeza, uanzishe kampeni ambayo utaiita 'bweni la wasichana' ili utoe elimu na kupambana na tamaduni mbaya pamoja na mapenzi katika umri mdogo, hii ni kwa sababu wewe unalijua vizuri bweni la wasichana!"

"Asante sana mwalimu Richard, nimeukubali ushauri wako na zaidi ninaahidi kuziba pengo la Diana hutakuwa mpweke tena na katika hili sitaki uniambie ndiyo au hapana." Nilicheka.

"Ni sawa Paula, lakini kwa sharti moja tu!"

"Lipi hilo?" Akaitikia kwa shauku kubwa.

"Naomba unisimulie historia ya maisha yako." Nilimwona amebadilika, kimya kikatawala.

"Kama huwezi isikupe tabu."

"Hapana nitakusimulia." Akanitazama usoni, nilimtazama pia.

"Uko tayari nikusimulie sasa?"

"Bila shaka waweza kuendelea tu."

Sura ya 16

"Siku zote vitu vinavyopatikana kwa njia haramu, huisha kwa njia haramu"

Paula, akaendelea kunisimulia.

"Kama unavyonijua, naitwa Paula Simbila. Simbila ni jina la babu yangu. Hapa nilipo nimeishi nikijijua kuwa ni yatima.

Maisha yangu na kila ninachojivunia ni juu ya huyu babu yangu. Najutia sana kumkosea babu yangu kiasi hiki mpaka nimefukuzwa shule. Babu yangu alipenda nikue nikijua kuwa mimi ni mtoto wake.

Babu yangu ana watoto watano wa kike ambao pia alinitaka niwaite dada, na sikujua kwa nini alitaka niishi nao kama dada zangu. Siku moja tulibahatika kukutana sote, yaani dada zangu wakubwa na mimi, jumla tukiwa sita. Sikuujua ukweli. Siku moja tulifanya kazi zote za usafi na kupika, tukaendelea kumsubiria babu arudi ili tule chakula cha jioni pamoja.

Dada mkubwa ambaye kwa sasa ameolewa, na ana watoto wawili, alizima runinga. Tukapiga kelele.

"Kwa nini unatuzimia wakati kipindi ndio kwanza kimenoga?" Niliuliza mimi kwa kuwa nilikuwa na ubavu huo maana ni mdogo kuliko wote, hivyo naweza kusema chochote.

Ilikuwa ni kipindi cha chereko kinachorushwa na TBC.

"Nimezima kwa sababu kuna jambo nataka niwaeleze. Kama ilivyowauma kwenye kuukosa uhondo wa kipindi na ndivyo inapaswa iwaume kuyakosa haya ninayotaka kuwaambia. Baba amechelewa kurudi, kwa hiyo nitumie fursa hii kuongea na ninyi watoto wangu na wadogo zangu."

Tuliguna sote, kisha nikamuuliza, "Dada Ester umetuita sisi watoto wako, ni nani hapa anaweza kuwa mtoto wako?" Dada alicheka sana, sote tukabaki tunamshangaa, ndipo tulipoona umuhimu wa kumsikiliza maana uhondo wa kipindi cha chereko ulikuwa umeyeyuka tayari. Akasema tena,

"Unajua ninyi, wengine nyote isipokuwa Salome, Gaude na Sayi bado mko shule na kwamba hamjui mambo mengi ya maisha. Mimi dada na mama yenu mpaka sasa naweza kusema kuwa mengi niliyoyaona katika maisha yananifanya nipate ujasiri wa kujiita mama yenu.

Kwa sasa nina watoto wawili ambao tunaishi nao hapa nyumbani. Nataka niwaulize, kuna siku hata moja mmewaza kwa nini niko nyumbani na si kwa mume wangu?" Tulibaki tunamshangaa tu, akaendelea kuongea, "Leo nataka niwaambie mambo matatu tu ambayo mkiyashika yatawasaidia. Ninawaambia haya kwa sababu Mzee Simbila hawezi kuwaambia. Hapa kati yenu hakuna anayejua ni kwa namna gani niliolewa. Kwa walio shuleni, namaanisha Paula na Johari, zingatieni sana elimu. Mimi niliyaharibu maisha yangu nikiwa kidato cha kwanza tu.

Nilimtamani sana mwalimu wangu wa somo la uraia ambaye kwa wakati huo nilimwona akiwa anapendeza sana kiasi kwamba nilitamani niwe mkubwa ili anioe. Nilianza kutengeneza mazingira ya ukaribu na mwalimu. Kila mara nilienda kwake kuuliza maswali hata kama sikuwa nayo. Nilipenda nimwone muda wote. Sijui nini kilinikuta.

Siku moja nikajipinda kumwandikia barua. Baada ya kuandika barua, nikaenda mpaka ofisini, bahati nzuri nilimkuta akiwa peke yake. Nikasimama mbele yake, nikamwangalia usoni, naye akaniangalia. Sote tukatabasamu. Mwalimu hakujua kwa nini nilikuwa pale wakati ule na hakutaka kuniuliza mengi maana nilihisi hata yeye alikuwa ananipenda.

Alinikaribisha kiti, nikaketi. Nilimwangalia tena usoni kisha nikainama chini. Alishikwa na wasiwasi maana nilikuwa mkimya kupindukia. Akaniuliza, "Maswali ya leo yako wapi?" Sikuwa na jibu, nikampa karatasi. Akaifungua. Fikra zangu zikapaa, nikakumbuka nilipokuwa nikiiandika ile barua.

Mpendwa Mwalimu Lenny!

Shikamoo!

Najua umepatwa mshtuko kupokea barua hii kutoka kwangu. Kwa ufupi kabisa, napenda nikwambie tu asante kwa moyo wako wa kujitolea. Unanisadia sana, yaani umenifanya nijitume sana katika masomo yangu.

Nasema asante sana, Mungu akubariki na ipo siku nitakulipa kwa wema wako huo!

Wako katika elimu;

Ester Simbila!

Nilikuwa na wasiwasi sana nikiwaza mwalimu atanichukuliaje kumwandikia barua. Alipomaliza kuisoma, akatabasamu tu na hakuwa na neno juu ya hilo.

"Asante Ester, nenda darasani, baadaye njoo na maswali nikuelekeze!" Nilimwangalia tena usoni, nilihisi nyama za moyo wangu zinatikisika kwa furaha. Mwalimu Lenny alitabasamu kidogo na kuinamisha kichwa chini. Nilimpungia mkono na kugeuka kuelekea darasani.

Wakati nakanyaga mguu mmoja nje ya ofisi, nikashtuka, nilisikia sauti nzito masikioni mwangu.

"Hujambo Ester!" Nilipatwa wasiwasi sana, nikageuka na kumwona mkuu wa shule. Nikaitikia, "Sijambo, shikamoo mwalimu!" Hakunijibu tena. Nikaendelea kutembea kuelekea darasani. Mapigo ya moyo wangu yalikuwa yanaenda kwa kasi isiyo ya kawaida. Niliwaza,

'Hivi huyu mkuu wa shule atakuwa mchawi eeh! Inawezekanaje mimi napanga kufanya jambo kinyume na sheria za shule tayari ameshafika eneo la tukio? Aah! Ndiyo maana wazazi wake walimwita Kibinda'. Sikujali sana japo niliogopa kwa muda. Siku hii sikusoma kabisa, nilimuwaza mwalimu Lenny na ile barua na kwa vile hakusema chochote nilikuwa nimepagawa. Nilitamani muda wa maandalizi ya masomo jioni ufike haraka ili nimpelekee maswali ili pengine nitasikia chochote kutoka kwake.

Baada ya muda wa masomo, nilimfuata tena mwalimu Lenny.

"Mwalimu sina amani!"

"Huna amani?"

"Ndiyo!" Nilitikisa kichwa.

"Pole sana Ester, japo sijui ni kwa nini ila tu naomba kama inawezekana uniambie nikusaidie hiyo shida kama itakuwa ndani ya uwezo wangu."

Niliwaza kidogo.

"Nikiwa najisomea kuna picha ya mtu huwa inanijia na ikija tu nashindwa kabisa kusoma na mbaya zaidi sina cha kufanya!"

"Ester! Unamaanisha kwamba unaona picha ya mtu kama vile sura ya kutisha sana au bonge la mtu lisilo na umbo la kawaida? Hata mimi wakati fulani huwa picha ya ajabu hunijia na kama ni giza naogopa kabisa!" Alisema mwalimu Lenny. Niliishia kucheka tu.

"Si hivyo mwalimu, mimi ninaona sura ya mtu mzuri sana, mwanaume mwenye mvuto sana, na kwa kweli natamani kuwa naye katika mahusiano ila amenizidi umri na mimi ni mwanafunzi!", Nilimwona Mwalimu Lenny amejawa na aibu usoni mwake.

"Kwanza si vizuri kwa mwanafunzi kuwa katika mahusiano ya mapenzi. Na huyo mtu yuko wapi?"

"Ni kweli unachokisema, lakini nimeshindwa kujizuia na bahati nzuri au mbaya huyo mtu yuko hapa!" Nilimjibu.

"Hapa? Kwa maana ipi? Yupo shuleni hapa au hapa mjini?" Akaniuliza. Nikamkazia macho kwa ujasiri mkubwa, "Ni wewe!" Alishtuka sana. Mimi nikaendelea kuongea.

"Mwalimu Lenny, najua wewe ni mtu muelewa sana na nahisi utanielewa pia. Nakupenda! Nakupenda sana, naomba kama itawezekana unikubalie nitajitahidi iwe siri."

Nilihofu sana kwa sababu mwalimu alikuwa kimya. Mwalimu Lenny alinitazama kwa jicho la kipekee sana huku ulegevu niliuona machoni mwake na midomo yake ilikuwa haitulii.

"Nitalifanyia kazi ila soma kwanza hili suala halina shida tutaweka kila kitu sawa."

Kwa maneno yale nilijisikia vizuri sana, nilitamani kila mwanafunzi ajue mimi natembea na mwalimu Lenny. Kwa mwonekano wake na jinsi alivyoumbika hakika kwake nilikuwa kipofu. Nilirejea darasani nikiwa mwenye furaha sana. Marafiki zangu walinishangaa sana siku ile kwa kuwa sijawahi kuwa vile na kila waliponiuliza niliwajibu neno moja tu.

"Mimi ni ua la waridi, linapendwa na kila mtu!"

Maisha yangu shuleni yalibadilika, kiburi kiliongezeka na kwa kweli katika walimu wote, ni mwalimu Lenny tu ndiye nilimwona anafaa; wengine wote niliwachukulia kawaida. Alikuwa akiniletea zawadi za hapa na pale na somo lake nilikuwa nafaulu vizuri mno kuliko wasichana wote. Nilikuwa nampa siri zote za wanafunzi na yeye alikuwa ananiambia kila kitu kuhusu walimu na shule kwa ujumla.

Likizo ilipofika, kabla ya kusafiri kurejea nyumbani Machame, nilipitia kwa Mwalimu Lenny. Siku hii sikuwa hata na chembe ya uoga maana nilijua kwa uoga wa mwalimu Lenny, nisipokuwa mjanja sitapata kile ninachokitamani. Tulipoonana tu, chapchap nikaingia chumbani kwake. Hakuwa na ujanja alinikubalia haja yangu na baada ya muda kama wa saa mbili, nikaondoka kwenda kupanda basi nikarejea nyumbani.

Kabla likizo haijaisha, nikajigundua niko tofauti sana. Sikutamani likizo iishe maana ilikuwa kila siku maumivu na hali mbaya kama kutapika. Nilienda hospitali kwa siri. Nikafanyiwa vipimo, daktari akaniambia nina ujauzito wa wiki tatu na siku tano. Sikuwa na namna, sikumkumbuka Mwalimu, nilichokiwaza ni kutoa mimba! Nilipoenda kwa daktari akaniambia ukitoa mimba utakufa.

Shule ilipofunguliwa, kama kawaida wasichana wote tulipima mimba, niligundulika. Kwa kuwa akili yangu ilikuwa inawaza ujinga sikujua hata namna ya kujitetea, pale nilipoulizwa mwenye ujauzito ni nani, nilisema moja kwa moja ni Mwalimu Lenny, jambo ambalo najutia hadi leo. Lenny yuko gerezani hadi leo. Nilifukuzwa shule na sikuwa na namna. Niliilea mimba mpaka nikajifungua mtoto wa kike, ambaye jina lake anaitwa Paula na huo ndiyo ukawa mwisho wa shule yangu. Simulizi yangu inaishia hapo!"

Ester, dada yangu na mama yangu mzazi alikaa kimya, wengine sote tulikuwa tumepigwa butwaa, binafsi nililia sana. Nilimpigapiga kifua Ester.

Hii ndiyo simulizi yangu mwalimu Richard. Mama yangu hakumaliza shule na mimi sijamaliza shule kwa sababu ya ujinga wangu niliouiga kutoka kwa marafiki wabaya."

"Pole sana Paula, mambo yote hutoka kwa Mungu, huwezi kujilaumu."

Paula akaendelea kuongea, "Baada ya mama kutusimulia kisa hicho wakati huo nilikuwa darasa la saba, sijui kitu kuhusu mahusiano. Nilipojiunga sekondari ndipo hamasa ya kutaka kujua ikaongezeka kutokana na changamoto za mabadiliko ya mwili. Nikawa najiona mrembo sana na zaidi nilipotazama umbo langu nilihisi ningeweza kummudu mwanaume yeyote. Ndipo nikajiunga na buibui. Hata nilipofukuzwa shule mama yangu aliniambia, 'Siku zote vitu vinavyopatikana kwa njia haramu, huisha kwa njia haramu'. Sikuelewa alikuwa anamaanisha nini. Lakini nahisi alikuwa anamaanisha, mimi mimba yangu ilitungwa wakati yeye akiwa mwanafunzi, kwa hiyo na mimi nitazaa nikiwa mwanafunzi.

Kwa maneno hayo ya mama na simulizi yake vilinikatisha tamaa sana na kujiona mimi si chochote si lolote na mpaka naanza kidato cha kwanza nilikuwa tu nataka kumkomoa mama. Nilijua mimi sina mama wala baba, kumbe niliyekuwa namdhania kuwa mama yangu ni bibi yangu. Kwa hiyo, mimi huyu Paula mjinga, mama yangu ni Ester, ambaye kiumri tunakaribiana tu kama mtu na dada yake. Na siku zote sikumpenda mama yangu wala sikutaka kabisa hata kwenda gerezani kumwona Lenny baba yangu. Mambo yalibaki kuwa mimi na babu na dada zangu ambao kumbe ni mama zangu.

Mwalimu Richard, hapa nimekuja kukusalimia nikitokea mtaani tu kwa marafiki zangu maana niliporudi nyumbani nikiwa nimefukuzwa shule, mama yangu alinifukuza, babu yangu kwa kuwa alikuwa ananipenda na kunitegemea sana, aliposikia nimefukuzwa shule alifariki kwa shinikizo la damu.

Hapa nimekuja kukuona sijahudhuria mazishi ya babu yangu. Hii ndiyo historia yangu mwalimu Richard. Kwa kweli ningekusimulia mengi zaidi lakini hapana, inatosha!"

"Ni kweli inatosha, asante sana kwa kunisimulia maisha yako. Pole sana mdogo wangu kwa yaliyokukuta. Bado una nafasi katika maisha na una haki ya kuendelea na shule japo huna wa kukusomesha, nitajitolea! Wewe ni binti mdogo sana, hutakiwi kukata tamaa. Ndugu zako hawajakutenga bali wamekupa funzo tu upate kujua upande wa pili wa maisha uko vipi. Nitakuwa karibu na wewe na utakuwa mbadala wa Diana. Simamia sasa yale tuliyokubaliana.

Kampeni yetu ya uelimishaji kundi rika ya 'bweni la wasichana' ikawe msaada kwa wasichana wengine waliopitia na wanaopitia changamoto kama zako. Hata mimi siamini kinachotokea na hasa pale ninapojiuliza kwa nini ninyi watoto wadogo mnatamani mambo makubwa mkiwa shuleni. Kama ulivyonisimulia yaliyomkuta mama yako Ester, ni kama haya ya kwenu na ukweli ni kwamba ninyi hamjui kuwa wanawake wengi wanatamani kutoka kwenye ndoa. Wakati ninyi mnatamani kuingia hata mkiwa shuleni.

Nisiseme mengi sana, mimi nimeshawasamehe nyote maana kwa nafasi yangu natambua kwa nini wasichana hasa wa umri wenu wanatamani kuwa katika mahusiano.

Nitakusaidia Paula urudi katika hali yako ya kawaida na hapo baadaye kama mwenyezi Mungu atanisaidia, nitaanzisha taasisi ya Mtoto wa Kike ni Lulu. Katika taasisi hii watoto wa kike watalelewa na kupewa elimu ya makuzi na athari za mahusiano katika umri mdogo. Mtoto wa kike akijitambua na kuelewa kuwa yeye ndiye mwenye nafasi kubwa ya kuamua mambo haya yatokee ama yasitokee, tutaukomboa ulimwengu wa vijana na tutaokoa taifa la vijana. Hakika nauona umuhimu wako kuwa balozi wa wasichana wahanga wa mimba za utotoni. Si kwa ajili yako tu bali kwa ajili ya Diana na kundi lenu lote."

Sura ya 17

"Mwenzako nina mimba. Dada Susana sijui nifanyeje? Nitaificha wapi sura yangu mimi? Watu watanionaje mimi? Nimepataje ujauzito wakati nipo shule ya bweni?"

Wakati mazungumzo kati yangu na Paula yanaendelea, Brighton alifika akiwa ameambatana na binti mmoja ambaye ni mkubwa kwa umri ukimlinganisha na Paula. Sikuwa na shaka sana na Brighton pamoja na mgeni wake. Alipofika alinisalimia.

"Shikamoo mwalimu Richard!" Kabla sijamuitikia, nilimwona yule binti kama ameshtuka Brighton alipolitaja jina langu. Hata hivyo, hakujali sana. Nilimwitikia Brighton.

"Hujambo ndugu yangu."

"Sijambo Mwalimu Richard! Naona uko na mgeni leo, sijui anaitwa nani?"

"Hata wewe naona una mgeni, ingependeza ukanitambulisha kwanza wa kwako."

"Huyu anaitwa Susana." Brighton alisema.

"Brighton unataka kuniambia huyu ndiye rafiki yake marehemu Anna?"

"Ndiyo ni yeye, amekuja kunisalimia."

Paula akadakia, "Jamani, mimi najua sijatambulishwa lakini nimegundua kitu, mazungumzo yatanoga sana huenda nikasahaulika kutambulishwa. Mimi naitwa Paula, ninashukuru kuwafahamu Brighton na Susana!"

"Bora Paula umejiongeza!"

"Mbona kama nawafahamu japo sijawahi kukutana nanyi?" Susana alisema.

"Kivipi Susana?" Brighton aliuliza na Susana akaendelea kuongea, "Poleni sana ndugu zangu. Mpo hapa siku zote lakini hamjui kwamba mpo hapa kwa ajili ya mtu mmoja ambaye kila mmoja wenu amemfahamu na kumzoea kwa namna yake. Brighton umemzoea kwa jina la utani la utotoni, na Mwalimu Richard umemzoea kwa jina la shuleni!"

Sote tulibaki vinywa wazi tukishangaa Susana anaongelea nini.

"Unataka kutuambia kwamba, Diana Hilary Mziray ndiye Anna Hilary Mziray?" Kabla Susana hajanijibu, Brighton akiwa anatokwa na machozi akasema, "Susana, umekuwa wapi muda wote. Kumbe Anna wangu, ndiye Diana wa Mwalimu Richard?"

Paula naye akasema; "Sasa mimi naweza kuthibitisha anachokisema Susana! Diana rafiki yangu ndiye Diana rafiki wa Susana ambaye sisi tulimjua kama Suzy. Diana alikuwa akikuongelea sana, hali kadhalika, Brighton ndiye mpenzi wake Diana ambaye mara nyingi Diana kabla hajakengeuka alikuwa anakuongelea sana na kukutumia barua, wakati mwingine ujumbe mzuri wa kuandika alikuwa ananiomba ushauri akiwa anaandika barua. Sasa haina haja ya kulia, tumeshafahamiana inatubidi tuwe kitu kimoja ili tumuombee Diana."

"Poleni sana ndugu zangu. Kama kila mmoja wetu anavyojitahidi kutaka kumjua zaidi Diana ndiyo anapata kujua maajabu mengi zaidi ya Diana. Ni kweli kabisa ninaweza kusema nimemkuza Diana na kumfundisha mambo mengi. Diana wa Richard. Ndiye Anna wa Brighton. Labda tu niwatoe wasiwasi. Hata kabla ya kumtembelea Brighton, japo yeye hakuwa anajua, mimi nilijua habari zote zilizotokea pale shule wakati msiba wa Diana unatangazwa na hapa nilikuwa natafuta namna ya kumtafuta mwalimu Richard ili nimjulie hali na kumwelezea mambo yote yaliyotokea kabla na baada ya mazishi ya Diana."

"Asante sana Susana kwa kuja. Diana kwangu alikuwa zaidi ya mwanafunzi pamoja na makosa yote aliyoyatenda na zaidi, simulizi yake na Brighton ndiyo iliyonifanya nitamani zaidi kumwona Diana akiwa hai lakini sasa hamna namna. Sisi hapa mimi na Brighton tulikutana tu kwa nguvu ya Mungu, kumbe sote tupo hapa kwa sababu ya kifo cha Diana. Najua unayajua mengi kuhusu Diana na kwa kuwa daktari wetu anatuaga leo, ni vyema basi tukitoka hapa twende sehemu tulivu ili ukatuelezee yote kabla hatujarejea nyumbani kwetu." Nilimshukuru Susana, naye akasema, "Nashukuru sana mwalimu Richard kukufahamu. Ninajua Diana na kundi lake walikutendea maovu mengi na pengine kwa sasa hawana nafasi ya kukuomba radhi, mimi niwaombee radhi." Paula naye akachangia.

"Ni kweli dada Susana, mimi kama mmoja wao ambaye niko hapa, nauona msamaha wa mwalimu Richard kama hautoshi japo sasa imekuwa kama wimbo kila saa, kila siku namwomba atusamehe. Hata

Brighton naye atusamehe pia, na amsamehe Diana, pengine isingekuwa kwa vishawishi vya kundi letu ovu leo hii Diana angekuwa hai."

"Haitupasi sisi binadamu kujilaumu kwa kifo cha mwenzetu kwa sababu yoyote ile, inatupasa kumshukuru Mungu na kulichukua somo ambalo Diana, Anna wangu, ametufundisha ili makosa kama hayo yasijirudie kwa wasichana wengine!" Brighton alisema.

"Ni kweli kabisa, kila mmoja wetu ameongea vyema na tuna mapenzi ya dhati kwa Diana. Twendeni sasa nje ya hospitali ili tukaongee vizuri. Binafsi natamani kujua nini kilitokea hata Diana akafariki dunia. Najua si vizuri kuhoji sababu, naomba Susana utatuelezea ili na sisi tujue nini kilichosababisha Diana kupoteza maisha." Niliwaambia.

"Bila shaka Richard, nitajitahidi kadri ya uwezo wangu na mwenyezi Mungu anisaidie." Susana alijibu na kisha tukafanya taratibu zote za kuonana na Dkt. Mathias ili tutoke kwa ajili ya mazungumzo, akaturuhusu. Tulifanikiwa kupata sehemu yenye utulivu mkubwa, tukaagizia chakula na vinywaji tukaendelea na mazungumzo. Susana akaanza kutusimulia.

"Poleni sana kwa mara nyingine tena kwa kumpoteza Diana na kwa wengine kuumia vibaya hata kuhatarisha afya zenu. Hii inadhihirisha wazi upendo wa dhati mliokuwa nao kwa Diana. Pia mtanisamehe kwa yale nitakayowasilimulia kwa maana huenda yakawaumiza zaidi."

"Tumeshaumia vya kutosha, wewe tusimulie tu ili na sisi tupate kujua sababu na pengine iwe sehemu ya kumbukumbu muhimu ya Diana katika maisha yetu na vizazi vijavyo." Susana alisema, na Paula naye akadakia, "Dada Susana, kama ni kulia tumelia sana, tunachokihitaji sasa hivi ni kuujua tu ukweli wote ili nafsi zetu zitulie."

"Hata mimi nahitaji kusikia jambo moja na nafsi yangu itatulia. Nini kilimwondoa Anna wangu, wakati tulitoka kurudiana siku moja tu akaniacha. Ina maana Anna alijua atakufa?" Brighton naye aliuliza.

"Kwa nini unasema hivyo Brighton? Ungemwacha kwanza Susana atuelezee."

"Labda tumwache kwanza atuelezee kama kuna jambo amelikumbuka!" Susana alishauri, nikamwambia Brighton, "Usiwe na mawazo sana mdogo wangu. Yakupasa kumshukuru Mungu kwa kila jambo."

"Nimewaelewa sana lakini nilipatwa na mshtuko sana niliposikia Anna amefariki wakati tuliahidiana kukutana kanisani na pengine Anna alijua kuwa atakufa kwa jinsi nilivyoongea naye mara ya mwisho." Brighton alionesha dalili za kutaka kushindwa kujizuia. Nikamwambia, "Brighton, najua hayo yote ulinielezea, hebu tumruhusu Susana atusimulie kwanza halafu hayo mengine tutayaongelea baadaye." Brighton alinielewa. Nikamwambia Susana, "Tusimulie sasa maana tukiruhusu hisia zitawale hatutamaliza mazungumzo na niwaombe Paula na Brighton tujikaze ili Susana atuelezee mpaka mwisho."

"Sawa mwalimu!" Wote waliitikia.

Susana akaanza kuzungumza,

"Ndugu zangu, nitawasimulia kila kitu lakini muwe wavumilivu maana huenda mkashindwa kujizuia."

"Bila shaka endelea tu." Nilimwambia. Akachukua mkoba wake, akatoa karatasi ndani yake iliyokuwa imejikunja sana, akainyoosha, akaanza kutusomea.

Kwako mpenzi Suzey,

Nakuandikia nikitambua kuwa wewe ni rafiki na ndugu yangu wa karibu. Najua itakushtua sana, lakini kwa kuwa wewe ni msichana, utaelewa. Mwenzako nina mimba. Dada Susana sijui nifanyeje? Nitaificha wapi sura yangu mimi? Watu watanionaje mimi?

Nimepataje ujauzito wakati nipo shule ya bweni? Yatima mimi! Nitafanyaje wakati sina wazazi.? Mimi nitakuwa mgeni wa nani? Diana, binti asiyekuwa na akili. Binti asiyekuwa na huruma na mwili wake.

Susana, siwezi kukulaumu lakini Mungu anajua wewe ndiye uliyenifundisha yote haya. Nimeenda shule nikiwa namjua mwanaume na muda wote nilikuwa nawaza wanaume. Walimu wangu niliwatia majaribuni. Nimetembea na wanaume nisiowajua. Hata mwenye ujauzito huu simjui. Nitalia na nani mimi? Nani nitamwelezea anielewe? Nitaishi dunia gani mimi? Mbingu ipi itanipokea?

Kuna jambo pia hulijui Susana. Hapa nilipo siwajui wazazi wangu; naambiwa walifariki nikiwa sijitambui. Mzee Mziray amenilea kama mwanaye, lakini kwa aibu hii siwezi kumtazama tena usoni.

Nimechukua uamuzi unaoistahili nafsi yangu na nisilaumiwe na mtu, nakwenda kuwaona wazazi wangu Ramadhan na Mwashamba kwenye pepo ya milele.

Kwa kheri Susana. Nisamehe sana.

Sote tulisikitika na kuhuzunika kwa maneno ya barua ya Diana.

"Naweza kusema haya ndiyo maneno ya mwisho ya Diana ambaye kwa kweli nastaajabu sana maana maisha yangu yote nilijua ni mtoto wa Mzee Mziray!" Susana alisema.

"Ninyi nyote aliwadanganya, ila mimi aliwahi kuniandikia barua japo haikusadifu maisha yake lakini naweza kusema alitaja vitu viwili vya kweli na vingine vilikuwa vya uongo. Alisema yeye ni yatima, wazazi wake Ramadhan na Mwashamba ni marehemu. Kwa sasa tumeupata ukweli kuwa Diana amefariki. Diana wa mwalimu Richard, Anna wa Brighton, Diana wa Susana, Diana buibui na zaidi Diana wa Mzee Hilary Mziray mlezi wake, hayupo nasi." Nilimwambia Susana, na kisha nikamuuliza, "Kifo na mazishi yake yalikuwaje?" Hakujibu kwa haraka kwa sababu alikuwa akilia sana pamoja na Paula, tuligeuka wabembelezaji. Brighton akawa anambembeleza Paula na mimi nikawa nambembeleza Susana. Baadaye Susana akajikaza na kutusimulia yote ya kifo na mazishi ya Diana, akasema, "Nimekuwa na majonzi sana hasa baada ya kuujua ukweli wa Diana na wakati wote namuuliza Mungu kwa nini Diana afariki na kuzikwa hivyo? Diana alikosa nini kwani, si utoto na ujana ulikuwa unamsumbua tu? Kwa kweli nimekuwa katika wakati mgumu sana." Akaendelea kusema, "Baada ya Diana kukata roho, ilikuwa ni mapema sana asubuhi pale hospitalini. Siwezi kusema nini kimemwondoa lakini kwa ufupi ni kwamba alikuwa akijaribu kutoa mimba. Diana alikuwa na ujauzito wa miezi mitatu ambapo kwa hesabu zangu nakadiria aliupata akiwa shuleni ndiyo maana hata kwenye barua ametaja kitu kama hicho, japo hatuwezi kuthibitisha labda Paula anaweza kusema, kama katika kundi lao walikuwa wanaweza kukutana na wanaume wakiwa shuleni!

Hivyo katika kutoa mimba, ikawa imeshindikana. Damu nyingi ilimwagika na baada ya kutokea hivyo madaktari walikataa kumhudumia wakihitaji polisi waje wathibitishe kifo chake maana walipomchunguza walibaini alikuwa amekunywa vidonge ili ajiue, na hii barua inaashiria kabisa hata kama angefanikiwa kutoa mimba bado alikuwa na uamuzi wa kujiua. Alikaa muda mrefu bila huduma yoyote. Marafiki wa karibu na ndugu zake hawakuwa na taarifa.

Naumia kusema kwamba, Diana msichana mrembo amezikwa kikristo, tena bila kuagwa, mwili wake ulikuwa umevimba na kuharibika vibaya mno nusra jeneza kupasuka. Diana pumzika mama, lakini nayaona makosa yangu juu ya kifo chako. Naiona hukumu yangu. Diana kwangu ni kama mdogo wangu, nimemkuza na kumfundisha mengi na leo anaondoka kwa makosa yangu." Alilia kwa sauti ya juu sana Susana. Nilimshika na kumwambia, "Usiseme hivyo Susana"

Ilibidi tumkatishe Susana asiendelee kuongea maana wakati huo tulikuwa kwenye mgahawa wa watu wengi na mbaya zaidi kifo cha Diana hakieleweki vizuri nani aliyemshawishi kutoa mimba au kunywa sumu. Nakumbuka nilimpenda sana Diana, niliumia pia kusikia Diana alizikwa bila kuagwa kwa sababu mwili wake uliharibika.

"Kwa kweli binadamu sisi ni kama maua. Diana ameondoka, mwenyezi Mungu ampokee katika makao ya milele" Nilijisemea moyoni. Nikawaambia,

"Kwa sasa hatuna cha kufanya, tumwombee tu kwa Mungu apate msamaha ili siku ya mwisho apate kibali cha kuingia mbinguni. Na kwa kuwa mimi na Brighton leo tunaagwa hapa hospitalini, ningependa Susana hapo siku za usoni utupeleke kaburini kwa Diana. Binafsi nina mambo mengi ya kuwaelezea ambayo hamyajui kuhusu Diana na kundi letu la buibui! Natamani sana kama buibui wote wangekuwa hapa ili tukiri makosa yetu. Ni kweli Diana alianza kutembea na kinyozi wa shule na mimi nilikuwa natembea na fundi cherehani. Kwa mazingira ya shule yetu, iliwezekana kukutana na hao wanaume kila tulipotaka na mbaya zaidi tulikuwa tunawachangia kwa sababu ni hao wawili tu ndio walikuwa na ujasiri wa kuwa nasi katika mahusiano. Hivi karibuni, Diana alianza kutembea na mpishi, sasa sijui ujauzito wa Diana kama ameupata shuleni ni wa mpishi au kinyozi! Naomba nisiongee sana kwa sababu naumia. Naungana na wewe mwalimu Richard, tupange safari twende kaburini kwake." Paula alisema na kisha Susana akauliza, "Hivi haiwezekani tukawatafuta buibui wote ili tuwe nao katika safari yetu, natumai tutawasaidia sana kuwa na mwanzo mpya katika maisha."

"Haiwezekani, maana hata namba ambazo tulipeana na kuunda kundi la buibui *WhatsApp* hazipatikani, na mbaya zaidi hata kwenye mitandao mingine ya *Facebook* na *Instagram* nimejaribu sana kuwatafuta hawapatikani, nahisi walinyang'anywa simu. Wazazi waliumia sana, mfano mzuri wakati tunachukuliwa mimi na Kei tulichukuliwa muda sawa, baba yake alimchapa sana, akamwambia atamficha asionekane ulimwenguni tena." Paula alijibu.

"Ni kweli anachokisema Paula; si rahisi kuwapata. Nahisi wengi wao watakuwa wameshafanyiwa utaratibu wa kujiunga na shule nyingine. Na mimi nadhani Paula anatosha sana kuwawakilisha wenzake, na pengine huko mbele wao wenyewe watatafutana na kufika kaburini kwa Diana, ila safari hii twendeni sisi kwanza." Nikawaambia na sote tulikubaliana na wazo hilo.

Sura ya 18

"...ndoa ni furaha, kama furaha haipo, basi."

Wakati tunajiandaa kuondoka, Paula akatushauri jambo.

"Hebu subirini kidogo kuna kitu nimewaza."

"Bila shaka unaweza kutuambia tu." Nilimjibu. Paula akatabasamu kisha akasema, "Unajua Mungu ni wa ajabu sana, mwalimu Richard na Brighton mmekuwa mkiuguzwa hapa bila kujua kwamba wote mpo hapa kwa sababu ya kifo cha Diana na daktari wenu hajui. Mnaonaje kwa kuwa mmeshaagwa, sote twende kwa daktari tukamwambie habari hii najua atajisikia vizuri sana akilijua jambo hili." Kila mmoja wetu alikubali.

"Daktari wakati huu atakuwa anahudumia wagonjwa wengine, labda tumtume mmoja wetu aka...

Kabla Brighton hajamaliza kuongea ni kama bahati ya mtende Dkt Mathias alifika mgahawani kama vile ameelekezwa tulipo.

"Jamani kumbe bado mpo maeneo yetu ya kujidai?" Dkt Mathias alituuliza.

"Haswaa tena tulikuwa tunapanga kururdi ofisini kwako mara hii tukiwa kundi kubwa la watu kama unavyotuona." Paula alikuwa mwepesi wa kujibu maswali. Dkt athias aliketi pamoja nasi kwenye meza yetu huku akiwa na shauku ya kutaka kufahamu zaidi.

"Dkt. Mathias, najua unatufahamu mimi na Brighton, "Hawa ni marafiki zetu..." Kabla sijawatambulisha, daktari akanizuia.

"Waache wajitambulishe wenyewe!"

"Mimi ni Susana rafiki yake Brighton, nimefika hapa kumjulia hali na bahati nzuri leo ameagwa akiwa amepata nafuu. Ni hayo tu kwa upande wangu."

"Mimi naitwa Paula, ni rafiki kipenzi wa Marehemu Diana ambaye ndiye amesababisha leo hii tuko hapa tukiwauguza Brighton na Mwalimu Richard." Daktari alishtuka sana baada ya kumsikia Paula akisema hivyo, akasema, "Subiri kwanza Paula, unataka kuniambia, wagonjwa wangu, Brighton na Richard wote ni wahanga wa kifo cha Diana? Haha! Paula utakuwa unanitania!"

“Unaweza ukachagua kutuamini au usituamini, lakini kwa kuwa umenipa nafasi ya kujitambulisha tu acha nimalizie kwanza halafu mwalimu Richard atakusimulia kisa kizima.” Paula akaendelea kusema, “Mimi nyumbani kwetu ni Tabora, lakini nina bahati mbaya tu nimefukuzwa shule na nyumbani nimefukuzwa pia. Sababu utaijua ukitaka. Naomba niishie hapo.”

“Basi nitahitaji kubaki na wewe japo kwa muda mfupi baada ya wenzako kutoka. Mwalimu Richard umeomba kuonana na mimi pamoja na rafiki zako bila shaka ni kunijuza kuwa mpo hapa kwa sababu ya kifo cha Diana, ilikuwaje?” Nilimsimlia daktari mambo yote yalivyotokea pamoja na kisa cha Brighton. Dkt. Mathias akasema, “Poleni sana. Lakini zaidi pole kwa familia ya Diana na marafiki zake wengine ambao wamefukuzwa shule. Hata hivyo, hivi karibuni kutokana na utandawazi na kuiga maisha ya kizungu, vijana wengi wamejikuta wakiingia kwenye dimbwi la mapenzi katika umri mdogo na mapenzi ya jinsia moja, na hili suala kwa jamii za kiafrika ni laana kubwa, japo limekuwa likikua kwa kasi. Mbaya zaidi vijana wamekuwa wakijifunza tabia hizi wakiwa shuleni kwenye vikundi hatarishi kama hicho kikundi cha buibui mlichonisimulia. Ni lazima elimu husika itolewe ili kuondoa kabisa tabia hii mbaya.” Brighton akamuuliza daktari,

“Hivi inakuwaje mtu anakuwa na hisia za mapenzi na mtu wa jinsia yake? Daktari akatabasamu kisha akasema, “Ni kweli Brighton, kama hujawahi kufikiria kufanya unaweza kuona ni kitu kigumu sana lakini ukitaka inakuwa. Sisi binadamu tumeumbwa kipekee sana na kila kitu kipo kwenye akili, yaani, mipaka ya mambo yako ipo kwenye akili yako. Hata hivyo tungepata mtu mwenye uzoefu na jambo hilo hasa kwa wanafunzi angetusimulia japo kidogo ili sote tuelewe ni namna gani huko shuleni wanajikuta kwenye kadhia hiyo.”

“Japo si rahisi kujitolea mfano, lakini naweza kusema ni jambo la aibu na la hovyo sana kwa binadamu anayejitambua. Lakini katika utoto unatamani kujua kila kitu na sisi lengo letu halikuwa sisi kwa sisi bali tulikuwa tunawataka zaidi walimu wa kiume, wapishi na mafundi lakini kutokana na mazingira kubana ndipo tulijikuta tunaelemewa na hilo jambo. Ila hata kuwapata wanaume hatimaye iliwezekana kwa ujanja ujanja.

Kama ulivyosema Dkt. Mathias, kisaikolojia na kimwili jambo hili lina madhara makubwa sana kiasi kwamba unajiona kama siyo wewe bali ni wa jinsia ya pili. Nakumbuka siku ya kwanza kabisa nilipojiunga kidato cha kwanza, usiku baada ya maandalizi ya masomo na sala ya jioni, tulirejea bwenini kulala, nikiwa kitandani kwangu nilisikia watu wakiongea,

"Utepe, utepe utepe!"

"Utepe?" Nilijiuliza, sikupata wasiwasi nikaendelea kukaa kimya, nikatandika kitanda changu na kujilaza.

Kabla usingizi haujapita mara tu baada ya taa kuzimwa, niliona vivuli vya watu watatu wamesimama karibu na kitanda changu kama vile walikuwa wanataka kunifanyia jambo. Sikutikisika wala kujigeuza, nilijikausha kwa muda, mara wote watatu wakapiga magoti, mmoja usawa wa kichwa changu, mwingine usawa wa tumbo na wa mwisho miguuni. Walianza kunipapasa, nilipatwa na woga nikataka kupiga kelele, aliyekuwa usawa wa kichwa changu alinifunga mdomo, akaniambia, wananipokea kwenye ulimwengu wa raha!" Waliendelea kunipapasa. Walipochoka, mmoja akanisifia kuwa nimebarikiwa sana na kwamba umbo langu linawavutia sana. Niliogopa sana, sikuwajibu kitu na walipoona niko kimya wakaniinua na kunichukua mpaka kwenye chumba cha mama mlezi ambacho kwa wakati wote kilikuwa kimefungwa hakitumiki. Walikuwa na funguo, walifungua tukaingia, nikiwa nimesimama, wawili walijitupa kitandani na mmoja akafunga mlango.

Nikiwa bado nimesimama, aliyekuwa anafunga mlango, alijitupa kitandani katikati ya wale wawili, mbele ya macho yangu wakaanza kufanyiana michezo ya aibu!

Baada ya muda walinikamata tena, wakanitupia kitandani, wakaanza kunitekenya na kunishika kila mahali ili wanisisimue. Nilijisikia vibaya sana. Nilijiuliza kwa nini wanafanya vile? Sikuwa na majibu, walipomaliza, kiongozi akaniambia.

"Paula, ili uishi vizuri ni sharti ujiunge na sisi na utunze siri ya ulichokiona leo." Nilimwangalia tu, akaendelea kunisifia kuwa nimeumbika sana na binafsi yake amenipenda na kwamba nikikubali bila shuruti nitafurahia maisha na sitaguswa na mtu. Hata nilipomuuliza maneno yake yana maana gani na wao ni kina nani. Alinisogelea na kunigusa kichwani na kunitomasa midomo yangu. Kisha akasema, "kutufahamu sisi na kinachoendelea humu ni jambo dogo sana wala hupaswi kuwa na haraka."

Niliishia kumtazama tu. Akaniambia, nikaribie kitandani. Sikuwa na ubishi sana, nilisogea kitandani nikakaa. Kiongozi akaniambia, nitakuwa sehemu ya kundi na kiongozi msaidizi nyuma ya wenzangu wawili ambao hawakutaka kuniambia ni kina nani wakati huo licha ya kuahidi kutukutanisha siku si nyingi ili tufahamiane.

Niliendelea kulalamika huku nikiwahoji lengo la kufanya vile ni nini huku nikiwaelezea kuwa Mimi nimekuja kusoma si kufanya upuuzi, na sitaki kujiunga na kundi hilo. Niliposisitiza kuwa wanifungulie niondoke, kiongozi aliambia, asingependa kurudia kile alichokwisha kusema na kama nataka kuishi kwa amani shuleni ni vyema nikatii yale yote waliyonielekeza na kwamba alinihakikishia endapo nitajiunga na kuwa kiongozi sitaguswa na mtu bali nitakuwa kinara. Aliniambia nifikirie, napungukiwa nini kuwa katika genge la watu wanaojitambua. Kwamba Kusoma tunasoma, tunafaulu na hakuna hata mmoja wetu anayefeli. Hivyo, akakataa kunishawishi isipokuwa alinipa nafasi ya mwisho ya nijiunge pasipo shuruti ama la ningekiona cha mtema kuni. Alinitishia zaidi na kwa hofu yangu nikamkubalia tu ili kuepusha shari.

Walipomaliza kunifanyia mambo yao, nilirudi kulala huku mwili ukiwa umechoka. Nilijisikia vibaya sana kwa kitendo hicho. Nilikuwa sijawahi kufanya wala kufanyiwa vile. Na walikuwa kidato cha nne.

Kesho yake walikuja tena wakatukutanisha sote, mimi, Koku almaarufu Kei na Diana. Huku kiongozi wa buibui aliyekuwa anamaliza muda wake alitilia mkazo kuwa kiongozi wetu atakuwa Koku, akisaidiwa na sisi, yaani mimi na Diana. Na tuhakikishe walichokianzisha wao hakifi bali kinazaa matunda na wao ndio magwiji.

Na hivyo ndivyo ilivyokuwa kwa upande wangu. unaingizwa kwa nguvu, unafundishwa kwa nguvu kiasi kwamba huwezi kukataa na unajikuta unazoea tu, lakini kwangu ilikuwa ni kitu kibaya sana ambacho sikukipenda na sitapenda msichana mwingine afanye ndiyo maana nitaanzisha kampeni ya kufundisha elimu ya makuzi na mahusiano."

"Pole sana mdogo wangu, kwani hapo shuleni hamkuwa mnapewa elimu ya makuzi ili mjifunze athari za hayo mambo?" Paula akajibu, "Mwalimu tuko naye hapa naye atajibu lakini kwa upande wangu naweza kusema, si kweli kwamba elimu haitolewi. Inatolewa sana lakini kwa kiasi kikubwa haigusi haja zetu mfano, tunasali sana, tunahubiriwa sana mambo mengi ya kumjua Mungu. Masista wanatusimamia sana katika kumjua Mungu na kuyapenda masomo lakini elimu ya makuzi na hasa kuzungumzia jambo hilo inakuwa nadra sana kwa sababu wanahisi kwamba vitu hivyo havipo kwa hiyo wakivizungumzia itakuwa ni kama wanavichochea. Kwa hiyo kwa upande wangu naweza kusema hivyo labda mwalimu Richard naye achangie." Alisema Paula.

"Ni kweli kabisa kama alivyosema Paula, unajua elimu tunayoitoa kila siku ni nzuri lakini inawaandaa watoto zaidi kwenye maisha watakayofanyia kazi baadaye si katika makuzi. Kuna haja sasa katika mitaala yetu liwepo somo la mahusiano na makuzi ili elimu itolewe kwa upana wake.

Sisi kwa nafasi yetu, tunaonya na kuadhibu pale tunapoona viashiria vya tabia mbaya lakini hatuna muda wa kutoa elimu ya kutosha na badala yake huwa kuna taasisi za watu binafsi kama Nguvu ya mwanamke, Msichana Initiative na Rafiki wa Msichana, ambao hujihusisha na utoaji elimu hiyo japo si kwa upana wake. Elimu hii inatakiwa itolewe kwa undani zaidi na mara kwa mara yaani iwe ni sehemu ya masomo ya kila siku."

"Nimewasikiliza vyema, yote mliyoyasema ni mazuri, labda sasa kitu ambacho kinatakiwa kufanyika kabla ya elimu hii kurasimishwa ni kwamba kila mtu mzima mmoja mwenye kujitambua, kwa nafasi yake atoe elimu hii kwa vijana na hili jambo kwa sasa limekuwa kubwa sana si kwa wanafunzi tu bali hata kwa watu wazima huku mitaani na katika jamii ya kimataifa na ndiyo maana baadhi ya nchi wanadai haki zao." Daktari alisema na kuendelea, "Kwa nchi yetu hatuungi mkono suala hili; si utamaduni wetu kwa hiyo mamlaka husika nadhani wanajua na zaidi tutajitahidi kuwafikia na kwa mfano tuko na Mwalimu Richard hapa, msomi mzuri anayeweza kuandika kitabu juu ya mambo haya ili hata serikali ijue na ituunge mkono katika kampeni hii ya kulinusru taifa na janga hili."

"Asante sana Dkt. Mathias kwa ushauri wako, hata mimi kwa yale niliyoyashuhudia kwa watoto hawa nadhani ni funzo kubwa kwa kizazi kijacho ambapo hata kabla ya serikali kufanya kitu, elimu hii tuitoe wenyewe na mimi nimeshaanza kuandika kitabu ambacho nimekiita *Bweni la Wasichana*, kipo katika mtindo wa simulizi ili kuwavutia wanafunzi kukisoma mpaka mwisho ili wapate elimu ya makuzi na madhara yatokanayo na kuanza mapenzi katika umri mdogo na kujiunga katika vikundi viovu shuleni."

"Hongera sana Mwalimu Richard, hakika wewe ni shujaa. Ni watu wachache sana wenye moyo huo. Ungeweza tu kukaa kimya na kuacha mambo haya yaendelee hivi hivi. Nakuunga mkono na pale utakapohitaji ushauri wa kidaktari mimi nipo tayari kukusaidia."

"Hata mimi namuunga mkono mwalimu Richard na nitazunguka nchi nzima kuwasimulia kisa changu, ni kwa namna gani nilipoteza masomo na kuharibu maisha yangu kutokana na kujiunga kwenye vikundi vibaya shuleni." Paula alisema, kisha Brighton naye akachangia hoja.

"Kwa kweli nimekuwa msikilizaji sana, hongereni sana. Katika umoja wetu huu tumebeba maono makubwa sana na mimi nitawaunga mkono! Kumpoteza Diana, Anna wangu, ni pigo kubwa sana kwangu, nisingependa jambo hili lijirudie kwa wasichana wengine. Hivi inawezekana shule ya bweni ikawa ni hatari zaidi kwa watoto kuliko shule ambayo si ya bweni?" Brighton aliuliza.

"Kwangu mimi naweza kusema, kwa kiasi fulani ni mbaya sana kwani kama Diana angekuwa shule ya kawaida asingekufa."

"Sidhani Paula, kifo cha Diana ni mapenzi ya Mungu na siwezi kusema bwenini ni pazuri au pabaya. Kila kitu kina uzuri na ubaya wake." Susana alimjibu Paula. Dkt. Mathias akasema, "Mjadala huu tusiufanye ukawa mrefu sana, uishe tu kwa kusema kwamba, kila kitu kina uzuri wake na ubaya wake cha msingi tu wadau wa elimu wazingatie malezi bora kwa watoto wanapopewa jukumu la kuwalea, wasijali pesa tu.

Kwa kweli nimejifunza mengi sana kutokana na kuwauguza Brighton na Mwalimu Richard, na kwa kuwa muda hauruhusu ninyi kuwepo hapa, napenda kuwaomba kitu kimoja, kama mtanikubalia!"

"Bila shaka sema tu."

"Nimefurahi sana kuwafahamu na kisa chenu kimenigusa sana. Mnaonaje wiki mbili zijazo tukiandaa safari ya pamoja maana nitakuwa na likizo ya wiki mbili, ili tuzungumze vya kutosha kama ni kuanzisha kampeni ya utoaji wa elimu ya makuzi tuiandae vizuri ili hata tukiipeleka serikalini ipokelewe na kufadhiliwa!"

"Mimi nipo tayari, hata hivyo kabla hatujaja kwako, sisi sote tulikubaliana hivyo!" Paula alisema. Kila mtu alisema yuko tayari isipokuwa mimi.

"Kwako vipi Mwalimu Richard?" Daktari aliniuliza.

"Ni kweli kama alivyosema Paula, ila kwa leo sitaweza kutoa jibu mpaka pale nitakapowasiliana na mwajiri wangu ili anipe nyongeza ya muda wa mapumziko."

"Kama ni hivyo ni jambo rahisi sana, nitakuandikia muda zaidi wa kupumzika ili wasikupe majukumu mpaka pale ziara yetu itakapoisha. Naomba tu nibaki na Paula kwa muda mfupi kisha ataungana nanyi."

Basi, tuliagana na daktari tukatoka nje. Tulimngoja Paula kwa muda wa nusu saa hivi kisha akaja tukaelekea kwenye mgahawa kwa ajili ya chakula cha mchana. Tulihudumiwa chakula na tukaanza kula. Brighton alikuwa amekaa karibu na Paula, na mimi nilikuwa karibu na Susana.

"Mwalimu Richard, wewe na Susana mmependeza sana kukaa pamoja!" Paula alisema. Tulicheka sana; nikamjibu, "Hata wewe na Brighton mmependeza sana na huenda ukawa mfariji mzuri kwake."

"Hisia zako Paula nazielewa sana, naomba sisi wanne na daktari wetu, tuwe marafiki tu. Urafiki wetu uwe si kwa mapenzi bali kwa ajili ya kampeni ambazo tunaenda kuzianzisha na najua hata Diana, atakuwa anafurahi huko aliko. Kwa kuwa sisi marafiki zake tunamuenzi katika kweli na nikufahamishe tu kuwa, Mwalimu Richard nimemfahamu hospitalini, na kwa umri wake najua ana mpenzi wake. Mimi pia nina mpenzi wangu, mmebaki ninyi wawili ambao sidhani kama umri wenu unaruhusu kuwa katika mapenzi kwa sasa!" Alisema Susana.

"Dada Susana umesema jambo kubwa sana katika maisha yangu tangu nikufahamu. Ili tufanikiwe katika kampeni zetu, sisi wenyewe lazima tuwe mabalozi wa kweli, tusiihubiri imani tusiyoweza kuiishi sisi wenyewe." Brighton alisema.

"Jamani mmefika mbali sana lakini nashukuru kuropoka kwangu kumewafanya muongee vitu vya maana, ni kweli ili tumuenzi Diana katika kueneza elimu ya makuzi na mahusiano ni lazima sisi wenyewe tuwe safi, tusiwe na makandokando, ili jamii ituamini. Mwalimu Richard inabidi afunge ndoa na mpenzi wake, Susana nawe uolewe, daktari yeye kuna walakini. Mimi na Brighton tuwe watoa ushuhuda tu juu ya namna mapenzi katika umri mdogo yanavyoweza kuharibu ndoto za vijana." Alisema Paula.

"Yote mliyoyasema ni muhimu sana katika kutujenga, na ndiyo msingi hasa wa kuifikia ndoto yetu. Ni lazima sisi wenyewe tuwe safi kama alivyosema Paula. Labda jambo ambalo hamlijui ni kwamba, mimi nina mpenzi wangu ambaye muda si mrefu nitafunga naye ndoa, anaitwa Lali. Binafsi huwa napenda kumwita Merabu." Walipiga makofi na kunipongeza sana. Nilicheka sana pia, japo moyoni mwangu nilikuwa na nawaza nitampata wapi Merabu wangu. Tangu nilazwe hajawahi kuja hospitali kuniona. Pius na Neema nao hawajui alipo. Lakini niliamini Lali yupo. Merabu wangu hawezi kwenda popote!

"Mwalimu Richard, kulikoni umeduwaa?" Paula aliniuliza na kunishika bega. Nikagutuka kama nimetoka usingizini.

"Ndugu zangu sina budi kuwashirikisha ili mjue mambo yautesayo moyo wangu. Tumeongea jambo hapa limenigusa sana. Mpenzi wangu Lali sijaongea naye tangu nilazwe na marafiki zangu wa karibu wanasema hajulikani alipo, biashara yake amefunga, simu yake haipatikani, kwa hiyo pamoja na mambo mengine tunayoyapanga, mjue pia nina kazi ya kumtafuta Merabu wangu!"

"Pole sana Mwalimu Richard, Mungu ni mwema, usikimbilie kujilaumu, wala yeye usimlaumu, amini kwamba yupo na atarudi kwako." Paula alisema.

"Ni kweli Mwalimu, kama alivyosema Paula, usiumie sana kabla ya kuujua ukweli. Jikaze uende ukamtafute hata kwa ndugu zake. Najua utakuwa unakufahamu kwao." Maneno ya Brighton yaliniingia sana ila nikafikiria niwaambie kuwa Lali hana ndugu? Nikajizuia tu kwa sababu sikutaka kila mtu ajue Lali hana kwao.

"Jamani hata hamu ya kuendelea kula imeisha, pole sana Mwalimu Richard, kama wenzangu walivyosema, ni muhimu kutulia kwanza. Usiwaze sana, zingatia afya yako kama alivyokwambia daktari, lakini kuhusu mpenzi wako nami niungane na wenzangu kukupa imani kwamba Lali atarudi, usiwe na wasiwasi sana kwa kuwa hujui kilichomtokea, lakini jitahidi tu uwe unamtafuta taratibu na mimi nikutabirie, kabla hatujaenda safari yetu atakuwa ameshapatikana!" Tulicheka sana kwa utabiri wa Susana.

"Nimewaelewa sana rafiki zangu, basi tulipie chakula tuondoke, sijui nalipa mimi au Susana?"

"Lipa wewe kwa sababu ni mkubwa kuliko wote na umeajiriwa!" Paula alibwatuka.

"Alipie Susana kwa sababu yeye amekuja kuona wagonjwa!" Brighton naye alisema.

"Bila shaka Brighton ametoa sababu ya msingi sana. Twendeni jamani nimekwisha kulipia muda ule nilipowaambia naenda msalani!" Susana alisema. Tulishangaa sana, kumbe Susana alikuwa ameshalipia chakula.

"Tunaelekea wapi sasa baada ya hapa maana mimi nimeshafukuzwa kwetu, na kwa ndugu zangu nimekatazwa nisiende hivyo sina pa kuelekea. Mwalimu Richard anaishi kwenye nyumba za shule hatuwezi kwenda huko, Susana na Brighton mnaishi Igunga."

"Twendeni kwa mjomba wangu Gongo la Mboto." Susana akasema "Nilifikia Gongo la Mboto kwa mjomba wa Brighton."

"Basi tugawanyike, mimi na Paula twende Mwenge kwa rafiki yangu Pius, halafu ninyi muende Gongo la Mboto. Safari yetu ikikamilika tutawasiliana." Wote walikubaliana na wazo langu, tukaondoka.

Wakati tunaelekea Mwenge kwa Pius, tukiwa ndani ya daladala, nilimuuliza Paula, "Daktari amekwambia nini?" Paula akacheka.

"Sijui ninyi wanaume mkoje! yaani msichana akikupa tu nafasi ya kuongea na wewe tayari umeshamtongoza!"

"Ina maana Dokta Mathias amekutongoza? Basi huenda ana tabia mbaya! Daktari mzima amekaa pale kama amestaarabika kumbe ana tabia za kishenzi!"

"Si kama unavyosema mwalimu, hajanitongoza kihivyo unavyohisi wewe lakini aliashiria kunitaka kimapenzi!"

"Kwani amekutamkia nini hasa?"

"Mlipoondoka daktari alinyanyuka kwenye kiti chake akaja kukaa karibu yangu. Akanishika mikono yangu akaniambia, "pole sana Paula, sihitaji unisimulie zaidi kisa chako lakini umenigusa sana uliposema umefukuzwa shule na nyumbani pia. Kwa hiyo kama utapenda naomba uwe karibu yangu, nikusomeshe, na nitakusaidia kwa kila jambo utakalolifanya."

"Kama alikwambia hivyo tu unadhani kuna shida gani na mimi naona hajakutongoza, yeye nia yake ni kukusaidia."

"Hivi mwalimu Richard pamoja na elimu yako unakaa na wanafunzi, unashindwa kuelewa jambo dogo kiasi hiki au umefurahi kwamba nimepata mtu sahihi hivyo hutaki kunikatisha tamaa?"

"Siyo kweli Paula. Daktari ana nia njema tu na wewe sidhani kama ana nia nyingine!"

"Mwalimu Richard, Dokta Mathias hana nia mbaya na mimi sawa, lakini huoni kwamba anataka kunisomesha ili baadaye aniambie kuwa ananipenda ili anioe?"

"Kwa nini unamdhania mtu kitu ambacho huenda hakipo kwenye mawazo yake?"

"Si kweli Richard. Ah! Samahani nimekuita kwa jina lako. Namaanisha kwamba wanaume wengi hata dada zangu na mama zangu wamekuwa wakinitahadharisha sana mambo ya kufadhiliwa na mwanaume na wana msemo wao usemao mwanaume akimfadhili mwanamke, malipo yake kitandani!"

Sidhani kama mwalimu Richard hujauelewa msemo huu, na kwa taarifa yako, kila msichana anajua, kwamba hakuna urafiki kati ya mvulana na msichana usiozaa mapenzi ndani yake. Leo anatokea tu mtu hanijui, tumekutana tu hospitalini, eti amenihurumia, anataka anisomeshe, hivi huoni kwamba mwishoni atataka anioe kama si kunioa atanitaka kimapenzi?"

"Ni kweli Paula, kuwa na tahadhari ni jambo zuri zaidi. Kwani daktari kakwambia hajaoa?"

"Hapo sasa umekuja kwenye msingi wa mazungumzo, na laiti kama ungekuwa umeniuliza swali hilo mapema wala mazungumzo yetu yasingekuwa marefu kiasi hiki. Daktari amesema yeye aliwahi kuwa na msichana ambaye waliahidiana kuoana, na kwa muda mrefu sana wamekuwa katika mapenzi lakini wameachana hivi karibuni baada ya yeye kuona hawaendani."

"Hawaendani kivipi?"

"Kwa mujibu wa daktari, binti yule alikuwa na kiburi sana na hasira za papo kwa papo, kwa hiyo wamekuwa wakigombana mara kwa mara. Yaani daktari amesema mara nyingi amekuwa akijishusha ili kuepusha ugomvi lakini binti hasikii. Mwisho akaamua isiwe tabu, *ndoa ni furaha, kama furaha haipo basi hakuna ndoa*, wakawa wameachana!"

"Kwa hiyo simulizi yake imekufanya uamini huenda daktari anataka wewe uwe mpenzi wake hapo baadaye?"

"Si hivyo tu, mengine sikwambii ila sina cha kukuficha bwana, ukweli ni kwamba daktari kanitamani sana na ameniambia waziwazi kuwa atatumia gharama zozote zile ili mimi niwe mke wake, lakini kwa sasa hatahusiana na mimi kimapenzi mpaka pale nitakapomaliza masomo yangu."

"Bila shaka umemkubalia?"

"Ni ofa nzuri sana, nisingependa kuikataa lakini ni mapema sana, hata hatujuani. Nimemwambia anipe muda ili nitafakari!"

"Kwa kweli umefanya jambo jema sana. Hakika sasa nauona ukomavu wako, yaani matatizo yaliyokukuta yamekufanya umekuwa msichana bora zaidi. Umekuwa mtu bora sana, najivunia kuwa na wewe karibu yangu. Si kama wasichana wengine, leo leo angemwambia daktari kwa kuwa sina pa kwenda basi naomba nikakae kwako lakini wewe umeushinda mtihani huo."

"Kama ulikuwepo vile! Daktari aliniambia anajua sina pa kwenda, hapendi kuona naenda mitaani au kwa marafiki ambao pengine hawanihitaji kwani nitakuwa mzigo kwao. Akaniomba kuanzia leo nikaishi kwake."

"Hongera sana kwa kuushinda mtego huo. Sasa nimeanza kupata wasiwasi, japo daktari anaweza asiwe na nia mbaya, ila kitendo cha kukwambia leo leo ukaishi kwake kimenipa mashaka. Huenda kweli amekutamani, na si rahisi mwanaume akaishi kwenye nyumba moja na binti asimwombe tendo!"

"Amini ninayokwambia, amenitamani, maana amenisifia sana... Eti ooh! Wewe ni binti mdogo lakini unaonekana vizuri sana, umbile lako nilipokuona mara ya kwanza sikukutofautisha na Susana, kwanza nilikuwa najua na wewe si mwanafunzi. Nguo ulizovaa zimekufanya uonekane kama mwanamke."

"Pole sana, wasichana wengi wamekuwa wakipotea kwa sababu hiyo, wengi wamekuwa hawana uwezo wa kuvishinda vishawishi, ndiyo maana watu mbalimbali wamekuwa wakianzisha kampeni za elimu kwa mtoto wa kike, ila kwako Paula, katika masuala hayo si mwanafunzi tena, wewe ni mwalimu na katika kampeni zetu, natarajia utawasaidia wasichana wengi sana kuzishinda tamaa na mambo mengine ya hovyo yanayoweza kukatiza ndoto zao."

"Asante pia Mwalimu Richard, ujue hata sasa najiuliza hivi wewe ukoje, mbona uko na mimi, na uko kwenye chemchemi ya watoto wa kila aina na wengine wanakufanyia vituko, wanatafuta ukaribu na wewe lakini bado hujihusishi nao kimapenzi, kwa nini?"

"Ni kweli Paula, na mwingine labda anaweza kuhisi mimi si mwanaume kamili, lakini hapana, tofauti na walimu wengine wa kiume, ambao wanaongozwa na falsafa ya mkaanga karanga lazima azionje, mimi nimejifunza tu kuwaheshimu watoto wa kike na wanawake kwa ujumla. Na mara zote huwa najiuliza swali, hivi haya yote yakifanyika kwa dada yangu, au mtoto wangu nitajisikiaje? Kwa hiyo nimekuwa mtu wa kuona thamani ya mtoto wa kike kwanza pasipo kukimbilia matamanio ya mwili ambayo kiukweli hayaishi hata kama utatoka na wanawake wote duniani, wala hutaacha hata ukiwa kwenye ndoa kama mtu umejizoesha hivyo."

"Hongera sana, najua hata mimi nilikutamani hapo mwanzo lakini nilipoujua wema wako nikaacha mara moja tamaa zangu na ukweli ni kwamba, hata huu msimamo ninaouonesha kwa sasa nimejifunza kwako na mara nyingi nimekuwa nikitafakari sana madhara ya mambo hayo kabla ya kutenda; kifo cha Diana, kufukuzwa shule na kutengwa na familia kumenifanya niwe tofauti sana na kuujua ukweli kwamba kumbe ukiharibu hata familia yako unaweza kuipoteza."

"Ni kweli kabisa. Cha msingi sasa simamia kile unachokiamini kuwa ni kweli! Mpe muda Dokta Mathias, mchunguze, na mimi nitajitahidi niwe naye karibu zaidi ili nimfahamu kama atakuwa mtu mzuri kwako, ama la. Hakuna mume aliyewahi kusomesha mke wake! Endapo tutabaini nia yake kuwa ni ovu tutamshitaki kwenye mamlaka husika!"

"Asante sana mwalimu Richard. Ila natamani sasa jambo moja litokee." Kabla sijamuuliza, kondakta wa daladala akapiga kelele, "Wanaoshuka kituo cha ITV?"

"Tumefika tushuke." Tukashuka na kuanza kuelekea nyumbani kwa Pius.

Tukiwa njiani, kwenye uchochoro fulani hapakuwa na watu, tulikuwa tunatembea taratibu sana ili tuendelee na mazungumzo, hata hivyo kwa Pius si mbali sana.

"Kabla sijasahau hebu niambie ni kitu gani unataka kitokee." Paula akacheka sana huku akinipiga mabegani na kunisogelea zaidi na kama mtu angetuona tulivyokuwa tumeshikana na tunavyotembea njia nzima, basi angesema sisi ni wapenzi.

"Kuna kitu natamani ufanye na mimi niwepo nishuhudie."

"Kipi hicho?"

Paula akapita mbele yangu akanizuia nisitembee, tukasimama pembeni ya barabara kisha akatoa kiboksi kidogo chekundu ambacho hutumika kufungashia pete .

"Kulikoni tena?" Nilimuuliza.

"Unaiona hii pete?"

"Ndiyo naiona!"

"Baada ya Diana kufariki, nakumbuka kuna siku nilikuomba nizibe pengo lake, kwa ujinga wangu nilienda kununua hii pete ya uchumba ili univalishe kama mchumba wako." Tulicheka sana.

"Kwa hiyo unasemaje sasa au unataka nikuvalishe?"

"Mmh! Hapana, kwa sasa mimi namsoma Dkt. Mathias, si tumekubaliana hivyo?" tulicheka tena.

"Ni kweli, wewe na mimi sasa hivi ni kama kaka na dada na kama hiyo itakuwa haitoshi basi uwe mjomba wangu, maana mama yangu ukimwona, wewe na yeye mnalingana kiasi kwamba wewe ni kaka yake. Naomba unikubalie nikuite mjomba, tafadhali. Mimi simjui mjomba anafananaje. Naishia kusoma kwenye vitabu tu." Nilicheka lakini maneno ya Paula yalinigusa sana.

"Usiwe na shaka, nitakuwa mjomba wako kuanzia leo."

Basi tukaendelea na safari yetu. Hatua kadhaa mbele tukafika nyumbani kwa Pius na bahati nzuri tuliwakuta wote wawili, Pius na Neema.

Tulisalimiana vizuri sana, Neema akasema, "Karibuni wageni." Kabla hajamaliza kuongea, tukavamiwa.

"Mimi ndiyo wa kunifanyia hivi? Hata ninyi marafiki zangu mmenidanganya? Kweli wanaume wote mama yao ni mmoja, siamini Richard! Kwa nini umeamua kunifanyia hivi au kwa sababu sijasoma kama hao wengine? Nashukuru sana." Lali alilia kwa manung'uniko makubwa. "Ila yote haya sababu ni Pius, bila wewe nisingemkubalia Richard, ona sasa wewe uko na Neema, mnaneemeka tu, mimi umenifanya kama mwanakondoo kwenye msitu wa fisi. Richard ni fisi tu kama walivyo fisi wengine. Kwa nini lakini? Ina maana mimi ndiyo wa kunifanyia hivi?" Kila mtu alibaki akimshangaa Lali.

"Mwacheni hasira zake zipungue kwanza." Pius alisema.

Mimi nikajiambia kweli Lali ananipenda. Kama anafikia hatua hii basi ananipenda kweli kweli! Tulikaa kimya tukimwangalia Lali, baadaye alitulia akakaa. Nilimsogelea nikamshika begani.

"Kulikoni Lali, Merabu wangu. Kwa nini hujanipa nafasi ya kujieleza?"

"Mimi sina nafasi tena kwako. Pius na Neema waliniambia kuwa ulidondoka na kuumia kisa mwanafunzi uliyekuwa unampenda amefariki. Na si hivyo tu, baada ya msiba umekuja na msichana mwingine, na hauwezi kuona hata aibu, huyu mtoto anaweza kweli kuwa mpenzi wako? Hivi hii laana ninyi walimu vijana mtaikwepa vipi? Huyu binti anawezaje kuwa mpenzi wako?"

"Huyu binti siyo mpenzi wangu, ni mtoto wa dada yangu."

"Ni kweli, Richard ni mjomba wangu" Lali akamwangalia kwa jicho kali sana. "Wewe mtoto naomba unyamaze, nimewashuhudia kila hatua, mlivyokuwa mnatembea njiani, mlivyokuwa mnashikana shikana njiani. Nashukuru Richard kwa kunionesha rangi yako ya pili hata kabla hatujafunga ndoa. Naomba kuondoka jamani."

Sikuwa na namna ya kujitetea.

"Naomba uniamini mimi, ulichokifanya si ubinadamu Lali! Mimi nakuheshimu sana. Richard ni rafiki yangu na hapa mpo kwangu na mke wangu, sitakulaumu sana wala sitakutukana lakini napenda uamini kwamba Richard alikuwa amelazwa na leo ndiyo ameruhusiwa. Sisi tulikuwa tunamhudumia kwa kila kitu. Ni wewe tu ndiye haukuwepo. Wakati wote tulifanya jitihada zote ili tujue uko wapi. Hata Richard baada ya kupata nafuu alikuwa akikutafuta bila mafanikio na leo hii ilipaswa wewe umshukuru Mungu kwa kuwa Richard ni mzima, wengi hupoteza maisha wadondokeapo kichwa. Hebu rudi nyuma, itazame dhamira yake. Ni kweli Richard anaweza kufanana na matusi uliyomporomoshea? Jaribu kufikiria!

Ni kweli Richard ana tabia hizo unazomdhania? Richard anaweza kweli kuwa kwenye uhusiano na mwanafunzi wake Diana ambaye amefariki au huyu Paula mtoto wa dada yake? Hebu naomba urudi nyuma, tathmini uone kama kweli mawazo yako yapo sahihi! Pia yeye angepaswa akuulize ulikuwa wapi bila kumtaarifu?"

"Inatosha Pius, naomba mnisamehe sana! Richard pole sana mpenzi wangu, naomba unisamehe, mimi ni kama wasichana wengine, nakupenda sana Richard ndiyo maana nilipatwa na wivu baada ya kusikia umezimia kwa sababu ya msichana mwingine. Niliamua kuzima simu na kufunga biashara yangu. Kwa ufupi nilisafiri kwenda Moshi. Lakini yote heri, naomba mnisamehe." Paula akasimama.

"Najua mjomba wangu hujamkosea, umenikosea mimi. Sasa mimi nimekusamehe, lakini naomba ufanye jambo moja." Kila mtu alimwangalia Paula anataka kufanya nini. Alimshika Lali, akamsimamisha, wakaangaliana usoni.

"Wewe ni mwanamke mzuri sana, hakika unafaa kuolewa na mjomba wangu." Paula alimwambia kisha akanishika mkono, akanisogeza kwa Lali kisha akasema, "Pius na Neema, pamoja na mimi tutakuwa mashahidi leo." Paula akaitoa pete yake, akanikabidhi.

"Pete hii ni ya uchumba, nakuomba umvishe mpenzi wako."

Kila mtu alicheka na kustaajabu makubwa ya Paula. Niliishika na kupiga goti la kuume. Nikamwangalia Lali machoni, akatabasamu; nikamuuliza, "Je, utakubali kuwa mchumba wangu kwa pete hii?"

"Hakika najua ningekuwa na familia, baba na mama wangeshuhudia leo hii binti yao akivishwa pete, lakini si haba, Pius na Neema ni wazazi wangu na Paula ni mdogo wangu. Nimekubali, nitakuwa mke wako Richard!" Kila mtu alipiga makofi, tulifurahi sana. Japo Paula hakuwa na raha, mimi niliijua sababu.

"Kwa nini Paula umekosa raha ghafla?" Lali alimuuliza.

"Umenigusa sana uliposema hauna familia. Hata mimi sina familia. Huyu Richard nimemwomba tu awe mjomba wangu bila shaka na wewe utanikubali niwe familia yako." Paula alisema.

"Bila shaka, ndiyo maana nikasema wewe ni mdogo wangu." Lali alimjibu.

Lali na Paula wakakumbatiana. Na mimi nikawasogelea na kuwakumbatia.

"Nawashukuru sana kwa mara nyingine tena mmenisaidia, nimekuja na Paula, hana pa kwenda najua mtamsaidia pia." Niliwaambia Pius na Neema.

"Hapana, Paula nitamchukua mimi, kwa muda wote atakaohitaji kuwa nasi atakaa kwangu." Lali alisema na Pius akashukuru.

"Asante sana Lali, hata hapa nafasi ipo, wote mnaweza kuishi."

"Mmenifurahisha sana siku ya leo. Nipende kuwaambia kuwa kuna safari tulikuwa tumeipanga mimi na marafiki wengine kwenda ziarani Moshi. Ningependa kuwaalika twende sote ili tukaione nyumba ya Diana. Tukipata muda tutafika kijijini kwetu pia, maana ninatamani sana marafiki zangu wote mpafahamu nyumbani kwetu na zaidi nataka mshiriki nikiwa namtambulisha Lali kwa wazazi wangu."

"Mimi kama rafiki yako nimekubaliana na ombi lako, hata hivyo mimi na Neema tulikuwa tunataka kwenda mlima Kilimanjaro kufanya utalii wa ndani, kwa hiyo ni wakati mwafaka kabisa. Tutaungana sote kwenda mahali alipolazwa Diana, maana hata kama hatujawahi kumwona, kwetu sisi ni muhimu sana kwa sababu ameyagusa kwa kiasi kikubwa maisha yako Richard na hilo ndilo muhimu sana kwetu." Pius alisema na kila mtu alifurahi sana. Neema akatukaribisha chakula cha mchana, japo tayari mimi na Paula tulikuwa tumeshakula.

Sura ya 19

"Nitaistahimili aibu japo kwa tone la uhai"

Baada ya siku tatu tulikutana sote kwa ajili ya safari yetu; Pius akiwa na Neema, Dokta Mathias akiwa na Paula, Brighton akiwa na Susana na Mimi nikiwa na Lali. Dokta Mathias alikuja na gari aina ya Noah ambayo ilitosha kutubeba sote na pia alimpa Brighton kamera kwa ajili ya kurekodi video na kupiga picha. Tulisalimiana na kutambulishana sote.

Kabla ya kuondoka, nilimwomba Dokta Mathias tuongee pembeni wawili tu.

"Nashukuru sana kwa kuwa pamoja nasi, lakini nakuomba sana uwe mwema kwa Paula. Sitapenda kuona Paula anatokwa machozi kwa sababu yako. Unaijua vyema sasa historia yake! Paula anachokihitaji sasa ni elimu si kuolewa! Paula ni mwanafunzi! Umejipendekeza kumsomesha, naomba iwe hivyo na si vinginevyo!"

"Usihofu mwalimu Richard, mimi ni daktari wa binadamu, mambo mengine si vizuri kuyasema kabla ya wakati lakini nikutoe hofu kwamba, kila nililoliahidi kwa Paula nitalifanya na wala hatajutia kunifahamu."

"Mwenyezi Mungu awaongoze katika nia yenu njema" akaitikia, "Amina!"

"Mnatucheleweshe tutalala njiani; Moshi ni mbali jamani!" Watu wote ndani ya gari walipiga kelele. Tulikumbatiana na kupanda kwenye gari.

Safari yetu ilianza. Kila mmoja wetu alikuwa na furaha kubwa sana kushiriki safari hii.

Susana: "Ndugu zangu napenda kuwashukuru sana kwa sababu sisi sote tuko hapa leo kwa sababu ya Diana, ni upendo mkubwa sana tumeuonesha na laiti kama angekuwa anatuona na kusikia tunayoyanena juu yake, hakika angefurahi sana."

Pius: "Kweli kabisa, wengi wetu tumejumuika na wengine hatukuwahi kumwona lakini kutokana na kwamba alikuwa rafiki wa rafiki yetu nasi tumekuwa marafiki zake, tuko pamoja Susana."

Dr Mathias: "Hivi, mnaonaje tukitafuta eneo tulinunue halafu tujenge nyumba kubwa tuishi kama familia?"

Neema: "Itakuwa vizuri sana, najua tutakuwa na shule, hospitali na kila kitu chetu kwa sababu kati yetu tupo watalaamu wa kada mbalimbali!"

Lali: "Tutakuwa na soko kubwa sana pia ambapo kila kitu kitapatikana, tutahudumia watu wengi na tutapata pesa nyingi sana."

Paula: "Kijiji chetu tutakiita kijiji cha watu nane!"

Brighton: "Tutakiita kijiji cha watu tisa!"

Susana: "Nyote mnasahau, hapa tulipo hatujatimia bado, tuna Pius wa Neema, Richard wa Lali, Dokta Mathias wa Paula, Brighton wa Diana, Susana wa Joshua, jumla tutakuwa kumi."

Tulicheka sote japo mimi nilijua kwa nini Dokta Mathias ameuliza swali lile, bila shaka hakutaka tuongelee habari za Diana maana kila mara tuzungumziapo habari hizo tunaishia kuhuzunika.

Tuliendelea kufurahia safari, wengi tukaanza kusinzia kutokana na uchovu wa safari ndefu. Hatimaye baada ya takribani saa nane hivi tulifika Moshi mjini na moja kwa moja tukaelekea nyumbani kwao marehemu Diana, ambapo ilituchukua dakika kumi tu kufika.

Kwa karibu tuliuona mlima Kilimanjaro, hali ya ubaridi ilikuwa inatutikisa mashavu na kwa kuwa tulikuwa tumejiandaa vya kutosha, kila mmoja wetu alivaa koti lake kujikinga na baridi kali. Nyumbani alikolazwa Diana, tulimkuta mzee mmoja akiwa analinda shamba. Tulimwomba, akaturuhusu kuzuru kwenye kaburi la Diana.

"Hii ndiyo nyumba ya Diana. Imefunikwa na nyasi na haina wa kuipalilia!" Susana alisema. Kwa kweli nilisikitika sana. Nilimwona Brighton pia akibubujikwa machozi na kila mtu alionesha kuguswa.

"Tuliishi maisha yetu kama siyo binadamu. Hatukuwa na mtu wa kutuzuia licha ya sheria kali za shule. Leo nikiwa mbele ya kaburi lako Diana, naomba nitubu kwa Mungu na kwa wote tuliowatendea ubaya. Ninatubu kwa kuipaka matope shule ya Bikira Maria Mama wa Huruma. Najihisi sina kitu tena ila kifo mbele yangu. Leo Diana umelala hapa hata hunisikii nikikwambia jambo. Hata toba hii sijui kama unaishiriki ili sote tusamehewe kwa Mungu!"

Paula aliendelea kulia, tulijaribu kumtuliza, akatulia.

"Mwenyezi Mungu atusamehe tu buibui wote! Maana tulidhani kwamba shule inatubana. Siku zote tulilaani kitendo cha wazazi wetu kutupeleka kusoma shule ya kanisa. Malezi ya kisista hatukuyapenda kabisa. Muda wote tuliwaza kwamba kwa kusoma seminari tutakosa fursa nyingi za kimaisha. Tulitamani kuolewa na kuwa na familia. Kuzaa watoto na mali nyingi kama ilivyo kwa wazazi wetu. Kwa kweli macho na akili zetu zilifungwa tusione mbali. Kweli walimu wetu huwa tunawaonea sana. Tunajua kila kitu, maisha yao ni magumu ila bado tunawaongezea tabu kwa makusudi. Mwalimu Richard naomba utusamehe kwa niaba ya walimu wote na Masista."

"Usiwe na hofu Paula, mimi nimeshakusamehe na bila shaka uongozi wa shule utakusamehe pia." Nilimtoa hofu Paula.

"Asante sana mwalimu Richard, mimi sitakufa, sitajiua kama Diana na wala sitafanya uovu tena. *Nitaistahimili aibu japo kwa tone la uhai!* Maisha yangu haya mafupi yaliyobaki, nitakuenzi Diana wangu. Nitaueleza ulimwengu ndoto zako. Hakika, nitamkomboa msichana kutoka katika giza la makuzi. Lala salama Diana."

Paula alilia sana. Dokta Mathias na Pius wakamshika na kumnyanyua ili asiuvunje msalaba wa Diana. Kwa kweli nilisikitika sana. Nikawaza, pamoja na kwamba Diana alikuwa yatima, si wa kukosa hata marafiki wa kulijenga kaburi lake." Kisha nikawaambia, "Mimi nitalijenga kaburi la Diana."

"Nitachangia pia." Susana naye alidakia hoja. Brighton kwa sauti ya kishujaa akasema, "Hata kama msingetokea, binafsi ningelijenga peke yangu." Lali, DoktaMathias, Pius na Neema nao wakatuunga mkono kwa kusema wako tayari kuchangia ujenzi.

Tulifurahi sana na kwa kweli tukiwa pale, tulijihisi tuko naye. Tukapalilia na kunyunyuzia maji juu ya kaburi la Diana. Wakati zoezi linaendelea, Brighton akaninong'oneza tukiwa pembeni, "Mwalimu Richard, kweli nimeamini kila mwanadamu ataionja mauti, sikuwahi kuwaza kuwa ipo siku Diana atakufa na kuzikwa. Kwa urembo wake, nilijua ataishi miaka mingi na zaidi niliamini hastahili kifo. Wakati wote niliwaza nitakufa kwanza mimi, si kwa msichana mrembo kama Diana kufariki."

"Pole sana mdogo wangu, na hii ndiyo maana halisi ya maisha, haijalishi uzuri wako, ukishazaliwa ujue kuwa ipo siku utakufa. Inatupasa tulijue hilo na tuwe tayari wakati wowote."

"Asante mwalimu."

"Tuendelee na kazi ya kumsafishia Diana nyumba yake."

Tulikaa na kufurahi pamoja kwa maana siku hiyo tuliiweka kwa ajili yake. Baada ya muda wa nusu saa kuisha tukiwa tumekaa pale hatuna la kufanya, wazo lilimjia Lali.

"Ndugu zangu, najua kila mtu ana kazi nyingi sana za kufanya na kwa kuwa tumepata muda wa kufika kwenye nyumba ya mpendwa wetu Diana, katika umoja wetu napendekeza tuchange pesa kisha tutafute fundi ili kazi ya ujenzi tuimalize leo leo!"

"Hivi dada Lali umeolewa? Kama bado naomba nikuoe!" Dkt. Mathias alitania.

Tulijikuta tukicheka sana. Dokta Mathias akasema tena, "Alichokisema Lali shemeji yangu ni kitu cha msingi sana. Kutokana na ratiba zetu, tusipoifanya leo kazi hii hatutapata muda mwingine wa kuifanya tukiwa tumekusanyika hivi!"

"Bila shaka ni jambo jema. Inatupasa tujue ni namna gani tunapata pesa na mafundi kwa ajili ya ujenzi." Niliunga mkono hoja na Lali akaendelea kurahisisha zaidi wazo lake, "Kuna fundi namfahamu, tuchangeni pesa kisha tumtumie atakuja na kila kitu." Kila mmoja wetu alikubaliana na wazo hilo, tukachanga pesa na kumtumia fundi kama Lali alivyoshauri.

Fundi hakuchelewa. Alifika na kazi ya ujenzi ikawa katika mchakato. Wakati kazi inaendelea kuwekwa sawa, tuliendelea kupiga soga katika vikundivikundi; Lali, Susana na Neema walikaa pembeni, Huku Brighton na Paula nao wakikaa peke yao, wakifundishana jinsi ya kushika kamera na kupiga picha. Mimi, Dokta Mathias na Pius tulikaa pembeni tukipiga soga za kikubwa zaidi. Hakika tulijisahau kama tuko kwenye tukio la huzuni.

Baada ya fundi kuleta kila kitu yaani mchanga, saruji na maji akauliza, "Kuna mmoja wenu ni mchungaji avibariki vipawa hivi ili tuanze kuchanganya? Au inakuwaje?" Sote tulisimama tukimtolea macho fundi! Akaendelea kutuuliza, "Kwani kati yenu hakuna aliyewahi kushiriki ujenzi wa kaburi?" Kila mtu kimya! Fundi akaendelea kuongea, "Ujenzi wa kaburi ni mazishi mapya, yaani ni kumzika upya marehemu mara hii si kwa vilio bali ni kwa furaha! Tukio hili si la kukurupuka kama mlivyofanya ninyi. Inapaswa awepo mchungaji ili abariki vifaa hivi ama la kama ninyi ni wapagani, tafuteni *mfumu* (Mganga wa kienyeji) afanye matambiko ili msiondoke na laana za kaburi. Kama vyote havipo, kwa kuwa mimi nataka pesa, acha nifanye kazi!"

Wote tulishikwa na aibu na zaidi tukawa tunamshangaa fundi. Nikajiambia moyoni kuwa ni kweli ilitupasa tujiandae si kama tulivyofanya. Ila kwa kuwa tuko safarini, Mungu atusaidie tumalize kazi hii ukizingatia Diana hana ndugu.

"Hayo yote tunayajua ndugu ila kulingana na hali yetu, tulitaka jambo hili liwe la kawaida na lisihusishe watu wengi. Ila kwa kuwa vifaa vinahitaji baraka, naomba sote tusimame tumwombe Mungu avibariki." Niliwaambia. Sote tulisimama kwa ukimya mkubwa.

"Basi ndugu zangu, yeyote anayeweza kufanya maombi atuongoze!" Tulitazamana tu. Neema akasema, "Tufumbe macho tuombe," akaanza kuomba.

"Ee Mungu Mwenyezi, wewe ni muumba wa vitu vyote na kwa neno lako ulimuumba mwanadamu. Ni kwa neno lako pia ulimwamuru mwanadamu kurudi mavumbini pale siku zake zinapokoma hapa duniani. Tunakushukuru kwa ajili ya maisha ya Diana ambaye leo tumekusanyika hapa kwa ajili yake. Tunaamini umempokea katika makazi yake ya milele. Tunakuomba umsamehe makosa yake yote na uwasamehe wote walioshiriki naye maisha ya hapa duniani na wengine wakapelekea kifo chake. Yote yalitokea kwa mpango wako maana mwanadamu hana kauli dhidi ya mpango wako. Ee baba tunakuomba mapenzi yako yatimizwe. Tunakuomba uvibariki vipawa hivi; mchanga, saruji na maji. Umbariki na fundi atakayeijenga nyumba hii. Si kwamba ni nyumba ya kuishi bali ni alama tu ya kumbukumbu na upendo kwa ndugu yenu. Tunakuomba lisiwe machukizo mbele yako. Tunaomba hayo na kuamini kwa jina la bwana wetu Yesu Kristo…"

"Amina." Sote tuliitikia.

"Kila mmoja achukue mchanga atupie hapa ili fundi achanganye!" Neema alisema.

Tulifanya zoezi hilo na kila mtu aliona ni vema, maana tulijihisi tunashiriki mazishi ya mwanzo ya Diana.

"Kwa kuwa hatukushiriki mazishi basi leo tumemzika Diana, na Mungu amwangazie nuru ya uso wake na amfufue siku ya mwisho." Neema akasema tena na sote tukaitikia, "Amina."

"Kwa kweli tangu nianze kufanya kazi hizi za ujenzi wa makaburi, mchungaji wa leo amenivutia sana. Sijui kama ameolewa?" Fundi alitania na sote tulicheka kisha tukampisha fundi aendelee na kazi. Kila mtu alirejea kwenye kundi lake kama mwanzo.

Mimi, Pius na Dkt. Mathias tulisogea pembeni zaidi. Dokta Mathias akasema, "Hongera sana Pius, mke ndiyo huyo!" Tulicheka sana.

"Asante sana Dokta Mathias; lakini sidhani kama mke wangu amefanya kitu cha ajabu sana kwa kusali vile!"

"Wewe hujui! Mwanaume aliyebahatisha kuoa mke mzuri, huwa anadhani kwamba wanawake wote ni wema kama mke wake hali kadhalika mwanamke aliyepatia kuolewa naye hudhani wanaume wote ni wema kama mume wake!" Tulicheka kwa falsafa hiyo. Dokta Mathias akaendelea kuongea, "Mimi sina bahati na pengine ningebahatika kuoa, leo hii mke wangu angetuongoza kwenye maombi kama mkeo Pius!"

"Pole sana, kimsingi mimi nakuelewa ila Pius anaweza asikuelewe!" Nilimwambia.

"Ni kweli ila Pius una mke mzuri sana, mcha Mungu na msomi! Pia Richard nawe una mke mzuri japo si kama Neema, yeye ana jicho la pesa, yaani haya yote tumeyafanya kiurahisi sana kwa sababu ya hawa watu wawili! Hongereni sana marafiki zangu."

"Asante sana Dokta Mathias, hata wewe bado una nafasi kubwa ya kumpata mke mwema. Cha msingi kuwa na subra!" Nilimwambia Dokta Mathias.

"Uko sahihi na Waswahili husema, ili mwanamke awe mke bora lazima apitie changamoto nyingi za kimahusiano; yaani mapenzi yamsumbue sana. Akiingia kwenye ndoa anatulia!" Sote tulicheka. Nikamjibu, "Hata wewe Mathias ukiingia kwenye ndoa sasa hivi najua utatulia sana kwa sababu imekutesa."

"Ni kweli kabisa, si kwa mwanamke tu hata mwanaume aliyeteswa na mapenzi akimpata mwanamke aliyetulia hutulizana pia na kujenga familia. Sisi sote ni wahanga wa mapenzi ya ujanani na ukituona tunavyoishi sasa hivi unavutika lakini haikuwa hivyo. Mpenzi wangu huyu mpaka sasa bado sijafunga naye ndoa huenda naye akabadilika baadaye akiwa na uhakika wa ndoa ila nikutoe wasiwasi Dkt. Mathias, huyu Neema hakuwa hivi. Leo anaonekana mke mwema ni kwa sababu alipitia magumu mengi, mpaka mimi na yeye tunaamua kuanza kuishi pamoja ni kwa sababu ya changamoto ambazo pengine zingepelekea apoteze maisha. Hata wewe bado unayo nafasi, japo sijui kisa chako!" Pius alisema.

"Uko sahihi Pius, hata hivyo Mungu atanisaidia na mimi nimpate mke mwema maana wanasema mke mwema anapatikana kwa Bwana. Pia napenda kuwaambia kuwa, huyu Paula namchukulia kama mdogo wangu. Nitamsomesha japokuwa mpaka sasa naona watu wanahisi mimi nataka kujihusisha naye kimapenzi. Natumai mtaungana nami tumchangie ada asome. Makosa yake na wenzake yasiwe kitanzi cha kuwakosesha haki yao ya elimu."

"Ama kweli leo umenikosha roho yangu. Namshukuru Mungu kwa ajili yako. Maisha ya Paula, elimu yake na kila kitu viko mikononi mwangu kwa sasa licha ya kuwa mama na baba yake wapo. Nitamsaidia nikishirikiana nanyi ili asome na kuzifikia ndoto zake. Huko baadaye kama daktari utakuwa bado unamsubiria basi tutawatafuta wazazi wake ili muelewane mahari!" Nilimwambia Dokta Mathias, naye akacheka.

"Ni kweli Richard! Nia yangu ni njema sana. Kama ulivyosema, tutashirikiana ili Paula apate haki yake ya elimu."

"Kwa kweli, pamoja na kwamba nina mambo mengi, nitashiriki pia kuchangia kidogo ada ya Paula na napendekeza mambo yetu yakikaa sawa, tuwatafute wazazi wake ili tuongee nao wasimtenge mtoto." Pius naye aliguswa.

"Hakika Pius, umesema vyema kabisa. Paula alilelewa na babu yake ambaye kwa sasa ni marehemu. Baba yake Paula yuko gerezani, aliyepo ni mama yake ambaye naye ni mama wa nyumbani. Ni kweli tutawatafuta ili wajue binti yao tuko naye sisi lakini elimu yake na maisha yake viko mikononi mwetu."

"Ni vyema, naona wenzetu wamesogea kaburini, fundi amekamilisha kazi yake!" Pius alifunga mazungumzo tukasogea eneo la kaburi kukamilisha mchakato wa ujenzi.

"Kazi yenu ndiyo hii kinachotakiwa tu apatikane mtu wa kulimwagilia maji asubuhi na jioni walau kwa siku saba kama mvua haitanyesha, ila kwa hali ilivyo, mvua itanyesha wakati wowote." Fundi alituambia.

"Bila shaka fundi, asante sana, Mungu akubariki." Nilimshukuru Fundi, na tukiwa tumelizunguka kaburi, Neema akasema, "Wote tushikane mikono na tuombe tena." Tulishikana mikono tukiwa tumesimama pande zote za kaburi kama nguzo huku tukiwa tumeshikana vyema. Neema akaomba.

"Ee Mungu, ulisema tuwasitiri wafu, nasi tumefanya hivyo kwa mapenzi yako. Tunakushukuru kwa kutujalia nguvu na uwezo wa kuifanya kazi hii. Uibariki nyumba hii ikawe makao ya milele ya ndugu yetu Diana, umbariki na fundi wetu pamoja nasi sote tunaporejea nyumbani tuwe na safari njema. Mahali hapa pawe mahali pa upendo siku zote. Tunaomba hayo kwa njia ya Kristo Bwana wetu..."

"Amina." Sote tuliitikia na tukapiga picha tukiwa tumeshikana. Tulipotaka kuondoka, Brighton alisimama akampa Pius kamera ili aendelee kupiga picha. Brighton akasema kwa sauti ya juu sana.

"Diana mpenzi, Anna rafiki yangu. Wewe ni ua zuri la waridi lililowahi kumea katika udongo wenye rutuba chini ya uvungu wa moyo wangu. Leo haupo nami katika mwili lakini kwangu nakuona siku zote. Sijapunguza hata chembe ya upendo wangu kwako, nitakuenzi kwa mazuri yako hasa kwa penzi la dhati ulilokuwa umeniahidi mara ya mwisho. Diana nitakupenda milele. Diana, nitaijenga nyumba yako ndani ya moyo wangu. Najua unanisikia. Najua unaniona." Ilitubidi tumvute Brighton maana alikuwa analia sana wakati akiyasema maneno hayo mazito. Tuliondoka sote tukarejea nyumbani kwa yule mzee. Tukampa rambirambi zetu huku tukimwomba awe anamwagilia kaburi maji. Tukaanza safari kurudi Moshi mjini.

Tulipofika Moshi mjini, tukapata chakula, wakati huo tukipanga mipango ya namna gani tutarejea nyumbani.

"Tukianza safari yetu kurejea Dar es Salaam tutafika saa sita usiku." Pius alisema.

"Natamani sote kama tulivyo twende nyumbani kwetu mkapaone" Susana aliomba.

"Mimi nawaomba, kama tulivyo, tuongozane hadi nyumbani kwetu ili nikamtambulishe mpenzi wangu Lali!"

"Mimi kama dereva wenu niko tayari kwenda nyumbani kwao na Richard." Dokta Mathias alikubali.

"Hata sisi tuko tayari." Neema naye alisema. Sote tulikubaliana na kuanza safari ya kuelekea nyumbani kwetu Shinyanga.

Sura ya 20

"Rebeca! Rebeca! Rebeca binti mrembo, mrefu kiasi na mwenye sura nzuri iliyopambika kwa rangi ya Kiafrika."

Safari yetu ilianza huku tukitumaini kuwa tutafika usiku wa manane ama alfajiri. Tulipofika katikati ya safari, mvua kubwa iliyoambatana na upepo mkali ilianza kunyesha. Ilitubidi tupaki gari letu pembeni. Baadhi walilala, tuliokuwa macho ni mimi, Pius, Neema, Susana na Dokta Mathias.

"Hali ya hewa hubadilika wakati wowote, sikutegemea kabisa kama mvua ingenyesha!" Susana alisema.

"Hata hivyo ni kipindi cha masika na leo jua lilikuwa kali sana Susana, ndiyo maana mvua imenyesha. Ni Baraka kwa Diana pia, kaburi lake limenyeshewa mvua."

"Nimewaza kitu Mwalimu Richard, sijui kama itakuwa sawa kusema!" Susana alipata wazo.

"Bila shaka, sema tu Susana." Susana akatulia kidogo kisha akasema, "Hivi Mwalimu Richard kama Diana asingefariki halafu ujauzito wake ungegundulika akiwa shuleni na akasema kuwa wewe ndiye mhusika ungefanyaje?" Nilitabasamu tu kisha nikamwambia, "Ningefungwa tu maana kwa ukaribu wangu na Diana pengine wangeamini kuwa ule ujauzito ni wangu. Hata hivyo haikupangwa kuwa hivyo ndiyo maana imekuwa tofauti kabisa. Pia huu mjadala wa Diana tuliufunga pale kaburini kwake. Sasa tuendelee kumwombea tu. Leta habari nyingine."

"Hata hivyo, hivi kwa nini wasichana wa shule hupenda sana kujihusisha na mapenzi katika umri mdogo?"

Kabla sijamjibu swali lake, ngurumo kubwa ya radi ilisikika, Lali akaamka. Nikamjibu Susana, "Hilo swali alitakiwa Paula atujibu na wewe pia uliwahi kupitia hatua hiyo, kwa hiyo kuniuliza mimi ni sawa na kesi ya kuku apelekewe mwewe. Paula amelala atatujibu akiamka. Hata hivyo si wasichana peke yao, hata wavulana vilevile."

"Ni kweli Richard, katika umri mdogo watoto wanatamani kujua kila kitu na mbaya zaidi kwa watoto wa kizazi hiki ambao hata kabla ya balehe wanakuwa tayari wanaona vitu kwenye mitandao, nadhani kasi ya watoto kuharibikiwa inakuwa kubwa sana." Dokta Mathias alikuwa kama vile hayuko makini na mada ya mazungumzo. Simu yake ilikuwa imemuweka mbali sana. Mvua ilikuwa ndiyo kwanza inaongezeka, upepo mkali sana.

"Naona mjadala wa kisomi unaendelea na mimi niseme nini sasa?" Lali alisema. Susana na Neema wakacheka, na sisi tukacheka pia, jambo hilo lilimtoa Dokta Mathias katika umakini na simu yake.

"Kwani kuna nini mbona mnacheka?"

"Wananicheka mimi eti sijui kwa nini watoto wadogo wanatamani sana kuwa katika mahusiano labda wewe tuelezee vizuri!" Lali alitania.

"Wala hili halihitaji kusoma. Mabadiliko ya mwili kutoka utoto kuingia balehe huwa yanasumbua sana na nafikiri katika mjadala wenu mmetoa majibu mazuri sana."

"Ile mada ya uzazi haifundishwi tena siku hizi?" Susana aliuliza.

"Unamaanisha *reproduction?* Inafundishwa sana na watoto huipenda sana ila wanapofika kwenye tendo lenyewe wanakuwa hawaujui uhalisia. Wengi wanabakwa! Pia wasichana wengi wanashindwa hata kusoma na kuuelewa mzunguko wao vizuri, ndiyo maana wanashika ujauzito."

"Unaona sasa kusoma raha jamani, yaani majibu yako Neema ni kama vile daktari amejibu." Lali akachagiza tena.

"Ni sawa kabisa ndiyo maana nikasema, haihitaji mtu uwe na elimu ya chuo kikuu kujua mambo hayo, hata wewe Lali muda si mrefu utakuwa mama, elimu hii inakupasa uijue ili hapo baadaye uwe unawaelimisha namna ya kuishi na hasa kujiepusha na mapenzi katika umri mdogo." Radi ikapiga tena kwa nguvu sana. Mara hii Paula na Brighton wakaamka pia.

"Ni sahihi kabisa unachokisema daktari ndiyo maana wewe ukawa daktari hujataka kutumia lugha ngumu kuelezea jambo jepesi." Lali alisema na Paula akadakia mada.

"Nimewasikiliza vizuri sana! Ni kweli katika balehe tunataabika sana wasichana tunapojigundua tuna mabadiliko katika miili yetu. Mwanzoni hujihisi kama tuko tayari kwa kila kitu ndipo tunapokutana na vishawishi. Tunajikuta tumeingia bila kujijua. Hata hivyo ile mada ya *reproduction* huwa tunaichukulia kishabiki sana, hapo utakuta kila mtu anataka aonekane anajua, wakati mwingine tunashindwa kuuliza maswali ili tusionekana kama tulishajaribu. Changamoto nyingine, unakuta mwalimu mwenyewe ni mvulana tu, akili yetu inakuwa juu yake tena zaidi ya somo lake."

"Hata sisi wavulana huwa iko hivyo hasa tukifundishwa na mwalimu msichana ndiyo kabisa tunapotea maana unakuta mwalimu mwenyewe anaona aibu. Kwa ujumla elimu hii ni changamoto sana." Brighton alichangia hoja.

"Ni kweli sote tumepita huko, nadhani ni wakati sasa elimu hii ikapewa kipaumbele na ingefaa sana ikawa inafundishwa na watu tofauti, kama wale wanaofanya kampeni za Nguvu ya mwanamke, Msichana initiative, Rafiki wa msichana na Fema; zinasaidia sana." Nikawaambia, "Ni kweli. Mara kadhaa kwa kuwa mimi nipo shuleni nimekuwa nikishuhudia namna gani walimu wanahangaika kuifundisha hiyo mada ila kwa upande mwingine kampeni za kijamii kama alivyosema Pius ni muhimu sana. Paula ana ndoto hizo na mimi pia, nadhani panapo wakati tutasaidia kuwaelimisha vijana." Niliwaambia, Lali naye akauliza, "Sasa kama wanafundishwa darasani, kwa nini wasichana wanapopata ujauzito wakiwa shuleni wazo la kwanza huwa ni kutoa mimba? Hofu yao ni nini?"

"Kabla Dokta Mathias hajasema, kwa upande wangu naweza kusema kuwa wasichana wengi wamekuwa wakifikiria kutoa mimba ndiyo njia pekee inayoweza kuficha aibu yao. Huwa wanawaza kwa nini nimepata ujauzito shuleni wakati hata umri wa kuwa mama bado! Fikiria binti wa kidato cha tatu anakuwa mama na wengine ni darasa la saba huko. Ni changamoto kwa kweli!" Neema alijibu, Pius naye akasema, "Kwa upande wangu nafikiri huwa wanaogopa kuwakatisha tamaa wazazi wao hasa wanapofikiria kuwa wazazi wanalipa ada kwa tabu halafu leo unawapelekea mimba, ni aibu. Sasa ili kuondoa aibu wanaamua kutoa mimba."

"Kwa upande mwingine binti anapopata mimba huanza sasa kuifikiria shule. Anapogundua kuwa mimba itakwamisha ndoto zake za kusoma anaamua kutoa mimba. Ni kama Diana alivyofanya. Hakuwa na sababu ya kutoa mimba, ni hofu tu." Brighton akachangia na Dokta Mathias akasema, "Mmeongea vizuri sana na mimi ningeulizwa ningesema hivyo hivyo; lakini kutoa mimba kunaambatana na athari mbaya sana kwenye mwili wa binti. Kwanza amepata ujauzito katika umri mdogo, via vyake vya uzazi vinakuwa bado havijakomaa kuzaa, wanapotoa ujauzito kwa njia yoyote wanahatarisha uhai wao ndiyo maana wengi wanapoteza maisha na wengine huishia kuwa wagumba. Binti anaposhika ujauzito katika umri mdogo, anakuwa bado hajakomaa, uwezekano wa kuhatarisha mfumo wa uzazi ni mkubwa. Hata pale wanapolea mimba, kujifungua huwa ni kwa tabu sana, asilimia kubwa wanajifungua kwa kufanyiwa upasuaji ambapo baadhi hupoteza maisha pia. Pia binti anapopata ujauzito katika umri mdogo anakuwa na hofu kubwa, akiambiwa hawezi kujifungua kwa njia ya kawaida hofu inaongezeka, anapofanyiwa upasuaji anakuwa kwenye hatari ya kufariki kutokana na presha."

"Hata hivyo ni dhambi! Kushika ujauzito kabla ya ndoa na kutoa mimba ni dhambi. Watoto wakiwa shuleni wanatakiwa waelewe kuwa umri wao bado wa kufanya mambo hayo. Wanapojihusisha na mahusiano katika umri mdogo wanapoteza vitu vingi sana, licha ya elimu, ndoto zao pia hupotea." Neema naye alitoa mtazamo wake kiimani zaidi. Mvua ilipungua, Dokta Mathias akasema, "Mvua imepungua, tuendelee na safari yetu. Hata hivyo, Paula yuko hapa hebu atupe uzoefu huwa hawafikirii kupoteza shule?"

"Kwanza sijui inatokeaje, ila huwa hamna anayefikiria madhara ya jambo kabla ya kulifanya. Kila mtu anajua kuwa mimba za utotoni ni hatari lakini hakuna anayejali. Ila kwa sasa tumepata funzo, tumeumia na hakika tutajiepusha na mambo hayo; japo mimi sina tena matumaini ya kurudi shule."

"Nasikia siku hizi wasichana wakipata ujauzito na kujifungua hawaruhusiwi kurudi shule. Ni kweli?" Susana aliuliza na Paula akadakia, "Wewe hujui? Hatuna haki tena."

"Sheria za kimataifa zinasema mtoto wa kike anapopata ujauzito akiwa shuleni, pindi atakapojifungua ataruhusiwa kurudi shule. Hata kama ungekuwa umebeba mimba, ni haki yako kurudi shule. Inaonesha umekata tamaa." Pius alieleza ufahamu wake wa matamko ya kimataifa juu ya mtoto wa kike, Paula akasema, "Ni kweli kaka Pius, baada ya kufukuzwa shule, na nyumbani wakanitenga, mbaya zaidi kifo cha babu yangu, nimejikuta nikipoteza matumaini ya shule. Siwezi tena kukaa darasani na kusoma, nimeshawajua wanaume tayari. Yaani kwa ufupi huwezi kunitofautisha na msichana aliyebeba mimba akajifungua.

Sifai kurudi shule licha ya Dokta Mathias na mwalimu Richard kutaka kunisomesha."

"Usiseme hivyo Paula, wewe ama huyo aliyepata mimba, wote mna haki ya kurudi shule. Sheria za kimataifa za haki za binadamu zinasema, hasa lile tamko la elimu kwa wote, yaani mtoto wa kike na wa kiume wana haki sawa ya elimu na msichana akipata ujauzito, akishajifungua, anayo haki ya kuendelea na masomo katika shule ileile si chuo wala kubadili shule." Neema alimwambia Paula.

"Sidhani kama ni kweli, mimi na wenzangu tumepoteza haki ya elimu kwa makosa ya utoto wetu. Sijui hali ya wenzangu ikoje. Wakati fulani naona afadhali Diana aliyetangulia mbele ya haki. Hata mimi natamani ningekufa tu maana siwezi kuishi hivi. Sina wazazi sasa, baba yangu amefungwa, mama yangu hajielewi, ndiyo maana amenifukuza nyumbani, babu yangu ambaye amekuwa nguzo yangu naye amefariki. Rafiki zangu, sina kitu jamani!" Sikujua kwa nini Paula aliwaza vile, maana mawazo yake yamerudi mwanzo kabisa, kapoteza matumaini.

"Pole sana Paula, usijilaumu, ni kwamba tu huijui haki yako kama msichana ni ipi laiti ungejua wala usingejipa mfadhaiko. Wewe pamoja na marafiki zako bado mnayo haki ya kuendelea na masomo, hata kwenye hiyo shule waliyowafukuza. Hata Diana, tuseme ni mipango ya Mungu, angejua haki yake wala asingechukua uamuzi wa kutoa mimba. Ni kama amejiua kwa kutenda kosa hilo. Unaweza kuona ni jinsi gani watoto wa kike mnavyokosa elimu stahiki, laiti mngejua haki zenu wala msingechukua maamuzi kama ya Diana." Dokta Mathias alimwambia Paula, naye akasema tena, "Kwa hiyo kama tuna haki, ni sahihi kwetu kupata ujauzito kisa tu tunayo haki ya elimu mara baada ya kujifungua? Hivi ni kweli? Mimi namuunga mkono mama yangu aliposema sitakuwa na haki ya kurudi shule endapo nitapata mimba nikiwa shuleni."

"Hapana, mawazo yako si sahihi na wala mama yako hakuwa sahihi katika hilo japo lengo lake lilikuwa kukufanya usijiingize kwenye mahusiano na kupata ujauzito katika umri mdogo. Ni kweli mnayo haki lakini haimaanishi mjihusishe katika mahusiano katika umri mdogo na pale inapotokea bahati mbaya, mfano, wasichana wengi wanatokea katika mazingia magumu, wanajikuta wanashawishika kujiingiza katika mahusiano ili wapate fedha za kujikimu na wengine ndiyo hivyo, ni kama bahati mbaya wanabakwa. Wote hawa wana haki ya kurudi shule mara baada ya kujifungua."

"Sidhani daktari, kama kweli tutapunguza tatizo, nafikiri bado rais wetu alikuwa sahihi kusema msichana akipata ujauzito akiwa shuleni hastahili kurudi tena shuleni." Paula alisisitiza zaidi msimamo wake, Dokta Mathias akasema, "Kama huwezi kuniamini, nitakupa mifano miwili, kwanza angalia jinsi watu mbalimbali wanavyohangaika kuanzisha taasisi kwa ajili ya kumtetea mtoto wa kike. Kampeni nyingi zinaanzishwa kwa ajili hiyo, lengo lake ni kumkomboa msichana kutoka katika dimbwi la mapenzi katika umri mdogo. Nikwambie tu ukweli Paula, ninyi wasichana wadogo mnavutia sana, ndiyo maana watu wazima huingia tamaa za kuwataka kimapenzi na kuwarubuni." Mjadala kati ya Dokta Mathias na Paula ulikuwa mrefu, Lali naye akachangia.

"Uko sahihi Dokta Mathias, wakati fulani kuna changamoto za kimazingira, unakuta mwingine anaishi uswahilini ambako vibaka ni wengi!"

"Uko sahihi kabisa Lali, mfano wa pili, nataka niwape simulizi moja ya kweli kabisa; kuna binti mmoja ambaye naye alikumbwa na kadhia hiyo. Anaitwa Rebeca. Rebeca! Rebeca!"

* * *

Rebeca binti mrembo, mrefu kiasi na mwenye sura nzuri iliyopambika kwa rangi ya Kiafrika. Ni dhahabu iliyopatikana katika mgodi adimu wa Mzee Festus Didia na Mama Debora Didia, wote wakazi wa kijiji cha Kilimahewa, wilaya ya Bukombe mkoani Geita.

Rebeca licha ya urembo na umbile lake zuri hata katika umri mdogo, alijaliwa kuwa na kipaji cha elimu japo wazazi wake ni maskini na hohehahe pale kijijini. Katika kukua kwake pale kijijini, Rebeca akiwa na umri wa miaka kumi na nne darasa la sita katika shule ya msingi Kilimahewa, alifanikiwa kujipambanua kama msichana tofauti sana.

Shule yake ilikuwa umbali wa kilomita kama tano hivi kutoka nyumbani kwao. Ilimlazimu kuamka mapema kila siku asubuhi ili awahi asiadhibiwe kwa uchelewaji. Yeye pamoja na wanafunzi wenzake katika kijiji hicho walikuwa wanadamka asubuhi ili wawahi shule. Haikuwa maisha magumu kwao bali walikuwa wamezoea na pengine walikuwa wanafurahia maisha ya shule kwa sababu ya kuogopa kazi za shamba.

Katika umri huo mdogo, alianza kuonekana kama mtu mzima mwenye kuvutia kwa kila mwanaume na kwa tamaduni za jamii yao ya Kisukuma, alikuwa amefikia kabisa umri wa kuolewa maana wao huwaoza mabinti hata wakiwa shuleni.

Siku moja wageni walifika nyumbani kwao, wakajitambulisha vizuri tu, na bahati nzuri ni kwamba walikuwa wanafahamika kwa sababu wanatoka kijiji hicho hicho. Walifika, wakaleta posa kwa ajili ya binti mkubwa wa familia, waliulizwa, "Yupi?"

"Rebeca." mkuu wa msafara alijibu.

"Rebeca ndiye huyu binti mkubwa wa darasa la sita ambaye amefikia umri wa balehe lakini yuko shule."

Ndugu waleta posa, walieleza kwamba wamempenda binti na hawaoni sababu ya yeye kuendelea kupoteza muda shuleni.

"Tuko tayari kulipa ng'ombe 30 ili tumchukue." Mama alikataa lakini Mzee Didia aliingia tamaa.

"Mke wangu, hawa ng'ombe 30 ni muhimu kwetu leo kuliko kusubiri safari isiyo na matumaini. Tumewaona wengi wanasoma mpaka kidato cha nne lakini wanaishia kupata mimba na wengine wa kiume hawapati ajira. Naona ni vema tumuoze binti yetu."

Mama alijitahidi sana kumtetea binti yake, lakini haikuwezekana. Watoa posa waliondoka.

Hata ilipofika jioni, Rebeca alirudi kutoka shule, alikutana kwanza na mama yake. Mama akamwelezea kisa chote.

"Mmezipokea?" Rebeca aliuliza kwa unyonge.

"Tumekusubiri wewe uthibitishe, sisi hatuwezi kukataa posa."

"Mama nakupenda sana, nampenda na baba pia, lakini katika hili upendo wangu kwenu utapotea. Hatutaelewana! Ndoto yangu ni kusoma shule ili niwakomboe katika maisha haya. Hamuoni sisi tunavyohangaika na umaskini? Tunakula kwa tabu, kulala kwa tabu, maji machafu yaani kila kitu hovyo, angalieni, mmezaa watoto wengi, watoto kumi! hamna hata sehemu ya kulala. Hao ng'ombe 30 watatufikisha wapi? Tukisema tunakula ng'ombe watatu kila mwaka wataisha hata kabla sijaizoea ndoa yangu. Mama, nakuomba sana unitetee binti yako. Siwezi kuolewa nikaishi maisha haya haya tunayohangaika nayo. Hiyo familia mnaijua, ni wafugaji tu, mnataka mimi nikawe mchunga ng'ombe kweli? Si bora nisome niwe hata Nesi ili niwatibu? Naomba uongee na baba, sikubaliani na suala la kuolewa, kama shule itanishinda basi asubiri nimalize ndipo aje, hata hivyo simpendi. Siwezi kuolewa na huyo mtu. Mama unajua kabisa, hebu mwangalie Pendo Malingita, aliachishwa shule, akaolewa hivi hivi kama ambavyo leo mnataka kuniozesha, yaone maisha yake. Si ndoa tena, bali ameajiriwa kulinda mifugo. Mumewe mwenyewe hajielewi. Nafikiri unanielewa mama."

"Nakuelewa mwanangu, lakini utambue kuwa sisi huwa hatuna sauti, mwanamke siku zote anatakiwa kuwa kimya kwa kila jambo. Wewe utaolewa tu kama baba yako atataka hizo mali. Haijalishi utaolewa na mume wa aina gani. Anachojali yeye ni ng'ombe tu."

"Mimi siko tayari, na kupitia mimi nataka historia ibadilike. Ifike wakati mtuzingatie na sisi, hii si ndoa, ni jela tu. Sijui kama kati ya ng'ombe na binti yenu mnapenda kitu gani? Bila shaka ni ng'ombe!"

"Usiseme hivyo mwanangu, hata mimi nimekutetea sana, na nitaendelea kukutetea. Baba yako hayupo, najua unaelewa ameenda wapi! Ameenda kunywa pombe ili aje apitishe agenda yake pasipo aibu usoni. Leo nitasimama na wewe binti yangu. Nataka umalize masomo na nina imani utafanikiwa." Mama alisema huku akimfuta machozi binti yake.

"Asante sana mama yangu, utayafaidi matunda ya elimu yangu. Na wewe utakuwa mwanamke shujaa kwangu."

Rebeca na mama yake walikwenda kwa Mjumbe wa nyumba kumi kiongozi au balozi wa mtaa pasipo Baba Rebeca kujua, wakatoa taarifa kuwa Rebeca bado anasoma hivyo posa haitapokelewa. Mjumbe wa nyumba kumi pamoja na Wazee wenzake waliwakutanisha wazazi wa pande zote mbili. Mjumbe wa nyumba kumi alielezea uwepo wa barua kutoka Wilayani inayokataza kuozesha mtoto wa shule hivyo kila mwanafunzi anatakiwa asome mpaka hapo atakapomaliza shule. Kikao kilizaa matunda kwa Rebeca na Mama yake, posa ilizuiwa na Wazee wa kijiji kwa mara ya kwanza kabisa jambo kama hili kutokea. Mzee Didia alikasirishwa sana na kitendo hicho cha Mama Rebeca kushitaki kwa Mjumbe wa nyumba kumi.

Siku moja Mzee Didida alitoka asubuhi nyumbani kwake, akaenda kushinda kwenye kilabu cha pombe. Alikunywa pombe nyingi sana. Aliporudi nyumbani alikuwa akipiga kelele huku.

"Aibu. Hii ni aibu ya mwaka! Rebeca na Mama yako mmenivua nguo hadharani. Leo mtanitambua!"

Alifika akaanzisha fujo, aliwapiga wote wawili. Mama alifanikiwa kumkimbia. Rebeca akapigwa mpaka akazimia. Majirani walifika na kumsaidia Rebeca mpaka akazinduka. Walimchukua na kumkanda kwa maji moto kwa sababu mwili wake ulikuwa umevimba sana.

Alikaa nyumbani kwa muda wa wiki moja akiuguza majeraha ya kipigo. Aliibukia kuwa gumzo pale kijijini maana haijawahi kutokea binti jasiri na mwenye msimamo kama yeye. Baada ya afya yake kuimarika, Rebeca akaendelea na masomo akiwa anadamka kama kawaida kuwahi shule na wadogo zake.

Alipofika shuleni siku ya kwanza tangu kupigwa kwake, alisimama akiwa anayaangalia majengo ya madarasa, wanafunzi na walimu kwa mbali; akajiambia, "Hapa ndipo ndoto yangu inatengenezwa. Nitajitahidi kuhakikisha ndoto yangu inatimia, sitaruhusu mtu awaye yeyote kunikatiza."

Alijumuika na wanafunzi wenzake, siku hii kila mtu pale shuleni alikuwa akimshangaa Rebeca kwa ujasiri wake. Mwalimu Mkuu alivutiwa sana na msimamo wa Rebeca akamsifia mbele ya wanafunzi wote kuwa Rebeca ni mfano wa kuigwa na akamtabiria kuwa atasoma mpaka chuo kikuu na baadaye atakuwa mtu mkubwa katika jamii.

Maisha yake pale shuleni yalibadilika sana na heshima yake ikaongezeka, isipokuwa tu kijijini kwake ambako wasichana wengi walimwona hafai na kwamba amechezea bahati na wengine walienda mbali zaidi hata kutamani wangekuwa yeye wangeacha shule mara moja kwani wana amini wamezaliwa wa kike kwa ajili ya kuolewa tu na si vinginevyo. Changamoto nyingi zilimkumba na alizishinda vyema.

Siku moja aliamka asubuhi, hapakuwa na maji. Badala ya kuwahi shule, ilimbidi aende kisimani kuchota maji ndipo baadaye aende shule. Mto ulikuwa umbali wa kilomita tatu. Alienda kuchota maji na kufanikiwa kurudi mapema. Alijiandaa tayari kwa kwenda shule. Wadogo zake siku hii walitangulia, wengine walinawa uso tu na wengine hawakunawa kabisa.

Baada ya maandalizi, alianza safari ya kuelekea shule, ilikuwa yapata saa moja na shule iko mbali. Alipokamata njia kuu akapata wazo, "Hivi kwa nini najitesa hivi? Huenda kweli nikajihangaisha bure, mwisho wa siku nisipate kitu na kwakuwa nawakataa wanaume nitakosa hata wa kunioa endapo nitashindwa kufaulu mtihani wa mwisho."

Wakati Rebeca anawaza hayo, kijana mmoja aliyekuwa anaendesha baiskeli alimpita bila kumsemesha.

"John! Ina maana hunioni?"

"Nakuona sana, lakini wewe umekuwa na jeuri sana hapa kijijini. Wewe ni binti ambaye umetokea kupendwa na kila mwanaume! Na katika historia ya kijiji hiki haijawahi kutolewa mahari kubwa kiasi kile ikakataliwa ila wewe wa kwanza, eti unasoma. Wamesoma wangapi wakafeli sembuse wewe? Hata ukifaulu, wazazi wako wana nini cha kukusomesha? Tuseme sasa umefaulu kwenda shule ya mbali, mikoa mingine huko, wazazi wako watauza nini? Ona leo umechelewa kwenda shule. Ungekuwa umeolewa usingekuwa na hii tabu."

"Inatosha basi! Naomba unisogeze shuleni nimeshachelewa." John alimchukua Rebeca mpaka karibu kabisa na shule, akiwa njiani John hakusita kuelezea shabaha yake.

"Rebeca, mimi nakupenda sana. Ila nataka pia usome ili nikikuoa walau mmoja kati yetu awe na mwanga wa maisha kuliko wote tukiwa mbumbumbu. Nakupenda Rebeca. Wala sikutamani. Nitakusubiri umalize shule yako."

Rebeca aliteremka kwenye baiskeli akaagana na John kwa tabasamu la nguvu huku akielekea shuleni. Alipotembea hatua chache akajiuliza, "hivi kweli, kwa nini najitesa? Hivi kwa nini nawakataa wanaume? Je, shule yangu hii itanifikisha popote? Naona nitapoteza vyote, mahari na shule na mbaya zaidi, wazazi wangu watanichukia hali kadhalika kijijini tutatengwa. Ila potelea mbali! Ngoja nipambane mpaka mwisho, ndoto yangu ni kuwa kama yule mama Waziri wa afya."

Rebeca alifika shule vipindi vikiwa vimeanza. Mwalimu wa zamu alimdaka akamcharaza viboko makalioni visivyokuwa na idadi. Rebeca alilia sana.

"Hivi kwa nini walimu wetu huwa hawatusikilizi tukijitetea? Kosa langu ni lipi? Nimechelewa shule kwa sababu ya maji! Kwa nini nichapwe? Wanataka nikate tamaa na shule; haitawezekana."

Siku hii Rebeca ilikuwa mbaya kwake. Alitumia muda mwingi kulia tu lakini ilimbidi ajikaze kwa sababu anaijua ndoto yake na hayo ni mapito tu, kwani mara zote aliamini hakuna safari nyepesi katika maisha.

Siku iliisha, akarudi nyumbani huku akiwa na mawazo lukuki juu ya kuendelea kwake na shule. Alijisemea, "Nitapambana mpaka mwisho! Mpaka nifaulu ndoto yangu ya kufika sekondari na zaidi natamani nifike mjini nikifika Dar es Salaam. Yatakuwa mafanikio makubwa kwangu." Rebeca alimwelezea mama yake kilichompata baada ya kuchelewa kufika shule, mama yake naye akamgeuzia ubao.

"Sasa naona ni bora uachane na shule mwanangu. Mateso yote ya nini wakati unajua mwisho wako kuolewa? Unajua fika kuwa haijawahi kutokea msichana katika kijiji hiki akasoma shule na kufaulu, wote wanaolewa. Na wewe itakuwa hivyo hivyo, usichezee bahati mwanangu!"

"Ni sawa mama, lakini acha kwanza nipambane niuone mwisho wangu."

Siku iliyofuata wakati anatoka nje kuelekea shuleni, John alifika na baiskeli yake, akambeba tena Rebeca, siku hii John alisema kwa ufupi tu,

"Jitahidi sana Rebeca, karibia ndoto zako zinatimia." Rebeca furaha yake ikaongezeka kutokana na faraja aliyokuwa anaipata kutoka kwa John. Alipowahi kufika shuleni, alifurahi kwamba hajachapwa viboko; na ni kwa sababu ya John. Akamuona John kama rafiki mwema sana kwake. Akamuona kama malaika aliyetumwa kumfanikishia ndoto yake ya elimu! Urafiki wa Rebeca na John ulikua, ikawa kila siku John anaamka asubuhi ili ampeleke Rebeca shuleni, huku wakiongea maneno mengi mazuri.

Siku moja, ilikuwa ijumaa asubuhi, kama kawaida John alifika kwa ajili ya kumpeleka Rebeca shule. Rebeca alipopanda kwenye baiskeli, John akamwambia, "Leo nataka nikupitishe njia tofauti. Nataka ufurahie zaidi ukiwa unaenda shule, ndiyo maana najitolea kila siku kukupeleka." Kweli safari ilianza, wakiwa wanaongea mambo mengi yahusuyo shule na maisha ya kawaida.

Walifika sehemu iliyokuwa na vichaka vingi, John alisimama na Rebeca akashuka.

"Rebeca, najitoa kwako kila siku, ni kwa sababu nakupenda. Unaonaje leo ukinilipa zawadi ya upendo wangu kwako?"

"Nikulipe vipi John, ilihali sina chochote na hata hivyo ndiyo kwanza tumekuwa marafiki na mimi bado sijamaliza shule wala sina ajira useme kwamba nina kipato cha kukulipa fadhila." "Simaanishi hivyo!"

"Kumbe unamaanisha nini?"

"Nahitaji penzi lako na ukinipatia nitafurahi sana, maana wewe utakuwa msichana wa kwanza kwangu na bila shaka mimi nitakuwa mvulana wa kwanza kwako. Nakuomba sana, nakupenda sana Rebeca!"

"Ni sawa John, lakini si ulisema utanisubiri mpaka nimalize shule?"

"Ni kweli Rebeca, lakini sioni tofauti, mimi ni wako, na wewe ni wangu, sidhani kama ni vizuri mimi na wewe kuendelea kutamaniana kwa miaka bila kupeana penzi. Kumbuka hii ni alama tosha ya upendo wako kwangu na itanipa imani kwamba kweli uko na mimi!"

"Basi nimekuelewa John, mimi sina wasiwasi na wewe, ila kwa leo niko vibaya, naomba usubiri kama siku kadhaa hivi zipite nitakuwa tayari kufanya mapenzi na wewe, japo naogopa sana!" John akakohoa kwa mbwembwe akijua ameshaokota dodo chini ya mnazi, lakini hakuelewa jambo.

"Kwa nini leo inashindikana Rebeca, ukizingatia tuko wawili tu na haitachukua muda?"

"Ni sawa John, hujanielewa tu labda nifafanue zaidi, niko kwenye siku zangu. Niko kwenye mzunguko wangu!" John akapigwa butwaa, "He! Unamaanisha nini Rebeca?"

"John hujasoma, na hili nalo hujui? Ni mabadiliko ya mwili kwa mwanamke, hali hii humtokea kila mwanamke hasa aliyefika umri wa kuzaa, damu nyingi hutoka sehemu za siri, kwa hiyo katika kipindi hiki si vizuri kufanya. Subiri mpaka nitakapokuwa sawa!"

"Hapo nimekuelewa, kwa hiyo nisubiri siku kama saba hivi halafu nikutafute?"

"Nitakwambia wakati sahihi ukifika, si utaendelea kunipeleka shule kila siku?"

"Wewe nihakikishie upendo tu, nitakuwa nakupeleka shule mpaka utakapomaliza darasa la saba na ikitokea umefaulu kwenda sekondari nitakuwa nakupeleka pia!"

Basi siku hii Rebeca aliingia kwenye mahusiano na John, waliahidiana kupeana zawadi ya penzi wakati wowote mambo yatakapokuwa sawa kwa Rebeca.

Siku kadhaa zilipita, Rebeca na John walikutana kwa ajili ya matembezi siku ya Jumamosi mchana. Walienda kwenye vichaka vya mbali huku kila mmoja akiwa tayari bila shuruti kabisa. "Nimekubali kuja kwa sababu nakupenda lakini nahisi huenda ukawa si wakati sahihi wa mimi kukutana na mwanaume kimwili, siujui mzunguko vizuri, nisije nikapata mimba bure!"

"Kwa umri wangu huu siwezi kukubebesha mimba Rebeca, kuwa na amani kabisa, kwanza tunajaribu mara moja tu, mimi nitatoa ushamba na wewe pia utatoa ushamba! Tena huwa wanasema ili mimba iingie ni lazima muwe mmejipanga ndipo itaingia, sasa mimi na wewe hatujajipanga kwa hiyo usiwe na hofu!"

"Sawa mpenzi wangu, nakubaliana na wewe, ila ufanye kama ulivyosema, usije ukanidanganya halafu ukaniacha!"

"Mimi nakupenda kwa dhati kabisa, sitakuacha maisha yangu yote na nitahakikisha unasoma mpaka elimu ya juu kabisa, ufike mpaka Ulaya huko." Basi John na Rebeca walifanikiwa kufanya mapenzi siku hii.

Baada ya mwezi mmoja, Rebeca alianza kujisikia vibaya, uchovu na kichefuchefu. Hali hii ikawa inamsumbua mpaka anatoka darasani. Alikuwa akijificha chooni ili wanafunzi wenzake wasijue, bahati nzuri au mbaya, siku moja rafiki yake Rebeca aitwaye Mwaru alimfuata nje.

"Leo ni siku ya tatu umekuwa ukijitenga na sisi, kuna nini? Kama mimi ni rafiki yako kweli naomba uniambie! Kama huwezi basi mimi na wewe urafiki wetu utaishia hapa!"

Rebeca hakuweza kusema kitu kwa sababu yeye mwenyewe alikuwa anajisikia vibaya maumivu yake hayaelezeki.

Mwaru alimwacha Rebeca na kwenda kwa Madam Rehema, mwalimu wa malezi na nidhamu. Alimwelezea kila kitu na mara moja Madam Rehema akagundua kuwa huenda Rebeca ana ujauzito. Madam Rehema alimchukua Rebeca faragha akatumia kila njia kumshawishi aseme ukweli lakini hakusema, badala yake alimdanganya tu kuwa ana tatizo la miguu ambalo huwa linamshika kama kuna hali ya mawingu na ndicho kinachomtokea sasa. Madam Rehema hakutaka kupoteza muda wake, aliachana naye.

Mama yake alimgundua mapema tu akiwa nyumbani.

"Mwanangu umebeba mimba?"

"Mama inawezekanaje mimi nikashika ujauzito wakati sijalala na mwanaume?"

"Una uhakika hujafanya mapenzi wewe hivi karibuni?" Rebeca akakataa sana huku akilia.

"Kama unanificha sitakutetea kwa baba yako, unajua wazi utafukuzwa nyumbani. Ni bora uniambie mimi mama yako nijue namna ya kukusaidia." Rebeca hakusema kitu.

Rebeca aliacha kwenda shule kwa siri sana, lakini taarifa zilimfikia baba yake kutoka shuleni zikidai Rebeca ni mtoro na kwamba wanasikia ameolewa. Mzee Didia alipozipata habari hizo, alifurahi kwa sababu alijua wazi lengo lake linakwenda kutimia. Kwake yeye hakupenda suala la shule kabisa.

Jioni moja akaenda kunywa pombe kwa ajili ya suala la Rebeca. Akarudi usiku akiwa anapiga kelele akiwa anaikaribia nyumbani kwake.

"Mwanangu Rebeca ataolewa. Atake asitake." Mama yake Rebeca alikuwa wa kwanza kuisikia sauti ile, akatoka nje na kwenda chumbani kwa Rebeca kwa mtindo wa kujificha.

"Rebeca mwanangu, baba yako atatuua, naomba uniambie ukweli mama yako! Una mimba?" "Naomba unisamehe mama, hivi karibuni nilijaribu kufanya mapenzi na kijana mdogo nikiamini hataweza kunipa ujauzito, lakini kilichotokea ni kwamba nimeshika ujauzito."

"Mwanangu ulikosea sana! Sasa ndoto zako za shule zinaishia hapa, baba yako akijua hili kitakachofuata ni kwamba ataenda kuchukua mahari. Na aliyekupa ujauzito ni nani?"

"John!"

"John! Unamaanisha John huyu huyu jirani yetu?" Rebeca alitikisa kichwa ishara ya kukubali. "Sasa jitahidi baba yako asijue wala usimwambie mtu yeyote kwa sababu siri hii ikitoka nje, kila mtu atajua na mbaya zaidi baba yako ataenda kuchukua mahari, utaolewa. Ukiolewa, ndoto zako zitaishia hapa hapa kijijini."

"Nitajitahidi mama yangu! Lakini nitafanyaje sasa wakati ujauzito unakua?"

"Wewe jitahidi kujificha baba yako asijue, nitaenda shule kukuombea ruhusa ya ugonjwa."

"Huoni kwamba itakuwa vigumu kwangu kujificha hapa nyumbani? baba atajua tu!"

"Najua cha kufanya, wewe fanya nilichokuelekeza." Mama alitoka na kurudi chumbani kwake.

Mzee Didia alifika ndani akiwa anapiga kelele. Mama alimpuuza tu akaongea mambo yake mpaka akachoka na kulala chini mpaka asubuhi. Kulipokucha mzee alijikuta amelala chini huku pombe zikiwa zimemtoka. Aliomba maji ya kuoga, akawekewa.

Baada ya kuoga alirudi ndani akiwa anajihisi uchovu. Akalala tena. Siku hii mzee hakuweza kwenda shambani; mama aliandaa chakula cha asubuhi wakala.

"Rebeca yuko wapi?"

"Kabla ya kujua habari za Rebeca, tuna mgeni amekuja, naomba umpokee!"

"Yuko wapi?" Mzee Didia aliuliza.

"Nina ujauzito mume wangu! Nahisi tutapata mtoto wa kiume!" Mzee alifurahi sana.

"Mke wangu umefanya jambo jema sana. Sasa utaniambia chochote na mimi nitakukubalia!" "Mume wangu, umefurahi lakini kuna habari ya kuhuzunisha pia! Rebeca ni mgonjwa sana ndiyo maana haendi shule na ugonjwa wake ni wa aibu na hapa kijijini hauwezi kutibika!" Mzee akahamaki na kusimama.

"Rebeca yuko wapi mama yangu? Rebeca ni mali yangu! Nategemea vitu vingi kwake. Anaumwa nini na yuko wapi?" Rebeca alikuwa anawasikiliza wazazi wake wakiongea.

"Rebeca anaumwa ugonjwa wa kutokwa na damu sehemu zake za siri kwa muda mrefu sasa. Naomba nimpeleke mjini kwa mjomba wake ili akatibiwe hospitalini!"

Mzee Didia alikurupuka na kutoka nje, akamkuta Rebeca akiwa amekaa chini karibu na chumba chake. Mzee akiwa mwenye aibu hata asiweze kumwangalia Rebeca machoni.

"Mwanangu pole sana, utapona tu! Mama yako atakupeleka mjini kwa mjomba wako ukatibiwe!" Rebeca akiwa analia japo kwa furaha ndani yake,

"Asante baba!"

Mama alimchukua Rebeca siku iliyofuata wakaenda mjini kwa mjomba wake.

“Mama tutafanikiwa kweli kulificha jambo hili?” Rebeca aliuliza wakiwa njiani.

“Binti yangu, mpaka tumefika hapa basi tumefanikiwa! Nimemwambia baba yako nina ujauzito! Kwa hiyo wewe lea mimba yako vizuri, utajifungua na mimi nitakuja kumchukua mtoto ukijifungua!”

“Mama mbona ni hatari sana? Na mtoto wangu itakuwaje sasa?”

“Wewe ni mtoto hujui kitu! Mimi nitalea mimba yangu kama nilivyomwahidi baba yako, siku za kujifungua zikifika nitakuja kujifungua huku mjini. Wewe ukishajifungua, tutarudi nyumbani na mtoto ambaye sasa atakuwa wangu. Tutamwambia baba yako umepona na kwamba utaendelea kwenda shule na mimi nitalea mtoto wako.”

“Kwa hiyo mama unataka kusema nitakuwa namnyonyesha kwa siri kabla na baada ya kutoka shule?”

“Kuwa na imani mwanangu, tutafanikiwa!” Mama na mwanaye walifanikiwa mpango wao. Walifika mjini, wakaongea na mjomba wa Rebeca, naye akaahidi kuitunza siri. Rebeca akalea mimba na kujifungua salama kabisa.

Mama alikuja kwa ajili ya kujifungua ile mimba yake ya uongo. Alimchukua Rebeca wakarudi kijijini. Rebeca akaendelea na masomo yake japo kwa kurudia mwaka huku akimnyonyesha mtoto wake.

Madam Rehema alipomwona Rebeca, akamgundua.

“Natumaini utanielezea kila kitu kilichokutokea bila kunificha!”

“Sina cha kukuficha Madam Rehema, ukweli ni kwamba niliugua na kushindwa kabisa kutembea. Wazazi wangu walinipeleka kwa mganga wa kienyeji akawa ananitibu kwa miti shamba. Sasa nimepata nafuu ndiyo maana nimerejea masomoni kuiendeleza ndoto yangu!”

“Hongera sana! Nakubaliana na wewe kwa sababu unaipambania ndoto yako, na wewe na mama yako mnastahili pongezi! Kifua chako kilivyojaa na harufu ya mama mzazi inayotoka kwako inatosha kabisa kunipa majibu ya kila kitu!” Rebeca alishtuka, lakini alimjibu.

“Ni kweli Madam Rehema, nilipata ajali, shetani aliniteka tu nikawa nimezama kwenye shimo la umauti. Nusra nizizike ndoto zangu! Sasa, naomba usiniharibie tafadhali! Sitaki ajue mtu!” Madam Rehema alikaa kimya huku akifikiria.

"Kama mimi nimemgundua Rebeca kwa haraka hivi, basi kila mtu atamgundua tu." Alimchukua Rebeca wakaongozana hadi kwenye nyumba yake.

"Rebeca, umecheza vyema nafasi yako! Kwangu mimi nitakusaidia sehemu iliyobaki, nina imani kubwa sana na wewe na huenda Mungu amekupitisha katika majaribu ili uibukie kuwa mtu imara na bora sana, maana huwezi kuihubiri injili ambayo hujawahi au huwezi kuiishi. Wewe umepitia changamoto hii, nina hakika kupitia wewe na kwa kipaji chako wasichana wengi watajifunza na utawakomboa! Nataka nikusaidie ili mwili wako usitoe harufu ya uzazi, nitakufanyisha mazoezi na pia nitakununulia nguo nzuri ambazo ukivaa hutaonekana kama mama mzazi."

Rebeca alimkumbatia Madam Rehema. Kwa kweli alijisikia vizuri sana. Madam Rehema alifanya kila aliloweza kumsaidia Rebeca na ndani ya wiki moja hali ya mwili wake ikaanza kurejea taratibu na akawa hana shida sana ya kuchangamana na wanafunzi wenzake.

Alimaliza darasa la saba na kwa bahati nzuri wakati anahitimu shule ya msingi, shule za sekondari za kata zikawa zimeanzishwa. Alifaulu na kujiunga na masomo ya sekondari. Rebeca aliyatambua makosa yake kadiri elimu yake ilivyokuwa ikizidi kupanuka.

Akiwa kidato cha tatu, akaanzisha kikundi cha kuwaelimisha wenzake juu ya mahusiano na makuzi, jambo ambalo lilimzolea umaarufu mkubwa na kupendwa na wengi pale shuleni kwa kuwaokoa wasichana wengi kutoka kwenye dimbwi la mapenzi katika umri mdogo.

Rebeca akiwa sekondari hakukumbwa na changamoto yoyote licha ya wanaume wengi wakiwamo walimu wake kumtaka kimapenzi. Alisoma na kumaliza kidato cha nne. Akafaulu kujiunga kidato cha tano kwa mchepuo wa HKL katika shule ya Tabora Girls na baadaye akajiunga na chuo kikuu cha Dar es Salaam kusomea sheria.

Rebeca alifanikiwa kuhitimu elimu ya chuo kikuu na shule ya sheria, kwa ufaulu uliotukuka. Alifanikiwa kuwa mwanafunzi bora wa mwaka wa sheria. Aliajiriwa na shirika la haki za binadamu duniani baada ya kuwa mwanafunzi bora na hakusita kuwasimulia watu kisa chake na jinsi alivyoinusuru ndoto yake ya elimu.

Rebeca alirudi nyumbani, akawachukua wazazi wake na mtoto wake. Wakahamia mjini ambako tayari alikuwa amenunua nyumba. Maisha ya familia yake yalibadilika, Mzee Didia aligeuka kuwa mpiga kampeni wa Rebeca, alimnadi binti yake kila kona akimsifu.

Wakati huo John alikuwa ameshaoa na kupata watoto wanne. Rebeca alimtafuta John na kumwambia juu ya mtoto wao. John alijutia kitendo alichokifanya na kuomba msamaha, walisameheana..

Kijiji kizima kilijua juu ya ujio wake na aliahidi kurudi kwa ajili ya kuwasaidia wasichana. Rebeca hivi sasa yuko mbele katika kutetea haki za mtoto wa kike kupitia shirika lake alilolianzisha la Msichana ni Lulu huku akisaidia wasichana wengi ndani na nje ya nchi.

Rebeca alifanikiwa kuolewa na mwanaume wa ndoto zake ambaye ni kiongozi mkubwa serikalini.

* * *

"Hii ndiyo simulizi ya Rebeca ambayo pengine nilidhani itamsaidia Paula." Alisema Dokta Mathias.

"Ni simulizi nzuri sana, imenigusa sana na kunifanya nione matatizo yangu ni madogo. Nawaahidi sitakata tamaa, nitasimama imara kama Rebeca; na nitarudi shule na kusoma kwa bidii zaidi hata kumzidi Rebeca!" Kila mtu alipiga makofi kumpongeza Paula. Brighton naye alikuwa makini katika kusikiliza.

"Kwa kweli kisa hiki ningetamani Diana na mama yake wangefanya hivyo hivyo!" Alisema Brighton.

"Ni sawa Brighton, lakini kila jambo linatokea kwa mpango wa Mungu! Kwa Diana tumejifunza kitu kama ambavyo simulizi ya Rebeca ilivyotufundisha kitu tofauti. Naomba kuhusu Diana kwa kuwa ametangulia mbele ya haki, tusimuongelee! Jitahidi kumsahau mdogo wangu!"

"Asante kaka Pius, nitajitahidi!"

"Poleni sana Brighton na Paula! Naomba muwe na ustahamilivu ili muweze kuzifikia ndoto zenu kwani yaliyopita yamepita. Msiruhusu mambo ya nyuma yawaharibie maisha yenu ya kesho!" Susana aliwapa pole na kuwatia moyo, huku Neema naye akasema,

"Ni kweli mnatakiwa kuwa imara sana pia mwombeni Mungu awasimamie na sisi tutawaombea na hatutawaacha peke yenu."

Safari yetu ilikuwa imenoga sana, mara ghafla dereva akafunga breki kwa haraka sana na kupaki gari pembeni, tukakaa kimya.

"Mnaona huko mbele daraja limemezwa maji?" Tulitoka ndani ya gari.

"Huu mrefereji unaitwa Manonga, unamwaga maji yake mto Simiyu, hili daraja lilijengwa chini sana hivyo mvua kubwa ikinyesha maji yanapita juu, kwa dereva mzoefu anapita bila shida." Niliwaambia.

"Hata mimi ni mzoefu, pandeni twende!" Dokta Mathias alisema, watu wakapiga kelele kila mmoja akisema atavuka anavyojua mwenyewe. Wengine walikuwa waoga sana kutembea kwenye maji, ikabidi, Dokta Mathias amshike Paula mkono na kuvuka naye, mimi nikamshika Lali, Pius na Neema, Susana hakutaka kukanyaga maji, alibaki kwenye gari, Brighton yeye alibaki nyuma akiwa anachukua matukio yote, akirekodi video na kupiga picha.

Tuliwavusha upande wa pili kisha Dkt. Mathias akalirudia gari. Akavuka bila shida yoyote. Tukapanda na kuendelea na safari yetu.

Sura ya 21

"Nimekuficha jambo moja ambalo kwa kweli kwa muda mrefu limekuwa likiutesa moyo wangu."

Ilikuwa sasa kunapambazuka, majira ya saa 10:30 alfajiri. Tulikimbia mwendo wa saa moja na kufika nyumbani kwetu mishale ya saa 11:30 alfajiri. Tulipokelewa vizuri sana na kuoneshwa sehemu ya kupumzika.

Asubuhi kulipokucha, familia yangu yote ilikuwepo, nikawatambulisha wageni wangu;

"Wazazi wangu na familia kwa ujumla, huu ni msafara wa ndugu zake na mpenzi wangu Merabu, ambao wamemsindikiza ili kuja kukamilisha taratibu za ndoa yetu na kati yao, wapo pia marafiki zangu Pius na Neema ambao nimekuwa nikiwasimulia kuhusu wao kila mara."

"Karibuni sana wanangu, hapa ni nyumbani kwenu sasa. Niwashukuru pia wakwe zetu na wazazi wenzangu kwa kukubali kumtoa binti yao awe sehemu ya familia. Japokuwa hawapo hapa, najua mtawafikishia salamu zangu." Baba yangu Mzee Kazungu aliwashukuru na kuwakaribisha wageni huku Dokta Mathias akaongea kwa niaba ya msafara.

"Na mimi kama mkuu wa msafara napenda kuwashukuru sana familia hii kwa mapokezi mazuri na zaidi kumkubali binti yetu kama sehemu ya familia yenu na sisi tumekuwa sehemu ya familia hii. Tunawashukuru sana, yote yatakayojiri yana kibali kwetu. Kwa hiyo mambo mengine yote mliyoyapanga kama familia yaendelee tu."

"Ni kweli, najua mambo yenu yanaenda kisomi, hata sisi hatutakuwa na mambo mengi sana ya kuwachelewesha isipokuwa tutafanya sherehe ndogo ya kimila ndani ya siku tatu zijazo ili tuwabariki watoto wetu wakaishi maisha mazuri yenye upendo na mafanikio." Mzee Kazungu alisisitiza.

Maandalizi ya sherehe yalianza. Wanakijiji walialikwa, marafiki na ndugu zangu wote pale kijijini walialikwa. Tukiwa ndani ya nyumba na wageni wangu, Nyanji alikuja akatuuliza vinywaji tutakavyokunywa, kabla hajaondoka, nilimtambulisha, "Jamani, huyu ni mdogo wangu wa tatu kutoka mwisho kuzaliwa, anaitwa Nyanjige ama Nyanji, kwa ufupi alizaliwa kipindi cha nzige, ndiyo maana akapewa jina hilo, nampenda sana, amekuwa faraja yangu kwa kiasi kikubwa kwa uelewa wake wa mambo japokuwa hajasoma sana."

"Asante wifi yangu, najua unaelewa kwa nini nakwambia hivyo!" Lali alimwambia Nyanji naye akasema, "Asanteni sana nyote kwa kuja, na mimi natamani tuondoke sote kwenda mjini!"

"Kwa ninavyokuona, ukienda mjini hutorudi. Utapotelea huko kabisa!" Paula alimtania Nyanji na sote tulicheka. Nyanji akaondoka kwenda kuendelea na mambo mengine.

"Huku nimejifunza jambo moja kubwa sana!" Dokta Mathias alisema, Susana akamuuliza, "Lipi hilo?"

"Kuna nidhamu ya hali ya juu sana. Unamwona Nyanji, tangu aingie kutuuliza vinywaji, alikuwa amepiga goti mwanzo mwisho jambo ambalo kwa mjini huwezi kuona pia maisha ya kijijini yamebadilika siyo kama enzi zile, sasa hivi kuna umeme na televisheni kwenye kila familia." Dokta Mathias alisema huku Brighton naye akaguswa na jambo hilo.

"Ni kweli Dokta Mathias, lakini wanaoishi huku wanaona kawaida tu kwa sababu ni maisha waliyoyazoea na umeme pia kama unavyoona, serikali imejitahidi sana. Hata barabara zinapitika, si unaona tumekuja bila usumbufu kabisa, isipokuwa tu pale mbugani, ule mto manonga inabidi ujengewe daraja la juu."

"Nawashukuru sana ndugu zangu, bila shaka mmepapenda nyumbani kwetu." Niliwaambia.

"Usiwe na hofu Richard, hapa ni nyumbani kwetu na waswahili wanasema nyumbani ni nyumbani hata kama ni msituni na uzuri unaouona kwenu na sisi tunauona hivyo hivyo. Mapokezi ni mazuri, watu wamechangamka pia." Neema aliongea kwa kunitoa hofu.

Jioni ya siku ya kuamkia harusi yetu ya kimila, wakati mkesha unaendelea, nilipata faragha na Lali, tulikaa pembezoni kabisa penye utulivu.

"Richard, watu wako wana upendo wa hali ya juu sana, natamani hata tungeishi huku tukawa tu wakulima na wafanyabiashara wadogo tukaachana na kero za mjini!"

"Ni kweli Lali, lakini huku nako kuna changamoto zake. Biashara za huku si kama za mjini labda kilimo ndicho kiko vizuri. Lakini Lali, unajisikiaje kuwa sehemu ya familia yangu?"

"Sikutarajia upendo huu japokuwa mambo mengi tumewadanganya, yakija kujulikana itakuwaje? Tumewaambia wazazi kuwa wazazi wangu wametoa baraka zote wakati sina wazazi. Itakuwaje?"

"Lali, kila kitu kitakuwa sawa, hata wakijua wataelewa tu cha msingi ni mimi na wewe kuishi katika maelewano ili wasipate sababu ya kuanza kusema, mtu mwenyewe hana wazazi ndiyo maana anakusumbua."

"Nimekuelewa mume wangu. Hata hivyo nimefurahi sana, hata wanakijiji wamejumuika nasi, wanacheza muziki na kuimba nyimbo, ni upendo wa hali ya juu sana!"

"Ni utamaduni wetu hapa kijijini kuwa sherehe ya familia moja ni sherehe ya kijiji kizima, wote ni lazima washiriki."

"Sasa kuhusu chakula inakuwaje? Kila mwanakijiji anachangia pesa kama ilivyo mjini na kupatiwa kadi?" Nilicheka kisha nikamjibu Lali, "Huku kijijini kinapatikana chakula kingi sana na mifugo ya kutosha karibia kila familia inayohudhuria. Kwa hiyo hapa, mchele ni bure. Na mpaka sherehe inakamilika, ng'ombe wanne watakuwa wamechinjwa!"

"Kweli mzee wako ameazimia kufanya makubwa."

"Mambo madogo tu haya, hata hivyo tuachane na hayo tuongelee mambo mengine ili uwahi kwenda kulala."

"Sawa, siku ya kesho mambo yatakuwaje? Nipe uzoefu!"

"Kuna taratibu za kimila zitafanyika lakini kwa kuwa wanajua wewe ni msomi, watapunguza baadhi ya mambo." Lali alicheka.

"Siku wakija kujua yote sijui watakufanyaje? Maana kila kitu tumewadanganya!"

"Lengo langu ni zuri tu, sikutaka yawepo maswali mengi sana na kama wangejua hujasoma, wangeanzisha sakata la Rose."

"Halafu kweli, natamani kumwona Rose, si atakuja?"

"Rose hawezi kukosa kwenye shughuli hii. Yupo lakini amekuja kwa namna ambayo hawezi kutambulika na mtu, yupo kwenye muziki na bila shaka atakuwa anacheza na mabwana zake."

"Mmh! Kama ni hivyo atakuwa kiboko yao kama si mama lao!"

"Tuachane na hayo, tuongelee ya kesho."

"Ni tamaduni zipi zimepunguzwa?"

"Kimsingi hamna tamaduni zilizopunguzwa ila ni muhimu kuzifahamu kabla ili usione kama mambo ya ajabu yanafanyika. Kwanza kabisa, ukiondoa masuala ya kulipa mahari na familia kufahamiana, tamaduni nyingine ni kama vile ngoma ya *masalikula* hii ni ngoma inayochezwa na kina mama akiwamo mama mzazi, wakimpongeza kwa uzao wake na kuitakia ndoa baraka njema, wakiimba *kubyala ng'wana ngosha kwilolela bhantu kaganda kaganda* yaani kuzaa mtoto wa kiume, aoapo utawaona watu makundi kwa makundi, maelfu kwa maelfu hivyo ni shangwe kwa mama mzazi.

Pia kuna tendo la kutemewa mate ya baraka, kilugha tunaita *kufuha mabele* yaani kunyunyiza ama kutemea mate ya baraka yaliyochanganyika na maziwa mabichi ya ng'ombe, yaani wazazi na watu wengine wenye hekima watakaoteuliwa watafanya zoezi hilo, anabugia maziwa mdomoni kisha anatupulizia huku akisema maneno yoyote yale sharti yawe mazuri yenye kubariki ndoa mfano, mkazae watoto wengi na mapacha wawepo, mkawe na mali nyingi na mpokee wageni wa kila aina hata kama ni vichaa mle nao.

Tendo lingine ni kufungwa nguo nyeusi kwa mtindo wa kukata bega wanaita *tambalu* ama lubega na kushikishwa mkuki ikiwa ni ishara ya utemi na uongozi katika familia, ambapo mkuki nitashika mimi lakini nguo nyeusi tutafungwa wote wawili.

Kingine ni kwako wewe mama wa nyumba, utakabidhiwa mwiko mkubwa na sufuria kubwa kwa kilugha tunaita *ndintho ni fulila* yaani mwiko na sufuria ndipo zawadi nyingine kama fedha, nguo, vyombo, mifugo zitatolewa kama ilivyo mjini na hapo ndoa inakuwa imekamilika kama ni wakristo ndipo ndoa ya kanisani inafuata, na ndivyo tutakavyofanya punde tu tukirudi mjini na katika hili sasa hatutahitaji kualika watu wengi wala kuchangisha michango, ni marafiki wachache tu watahudhuria kanisani na ndoa yetu itakuwa imekamilika."

"Mmh! Mambo ni mengi muda ni mchache, ni tamaduni nzuri utafikiri simulizi za kale kumbe kweli kesho nitashuhudia yote."

"Haya nenda mimi nikalale!" Tuliagana, Lali akaenda kulala.

Wakati narudi kuelekea mahali wanakocheza muziki, nikashtukia navutwa mkono, kuangalia vizuri alikuwa Rose.

"Rose, sitaki uniharibie ndoa yangu."

"Richard, umeamua kuniacha mimi na kuleta mwanamke wa kichaga tena hajasoma kama mimi? Kwa nini lakini? Umeshindwa kunioa mimi ambaye niko hapa hapa kijijini nakufahamu, na wewe unanifahamu vizuri! Nakuapia, hizi nyama haziliki!" Akaondoka.

Nilibaki na mawazo, mara Pius na Dokta Mathias wakafika, "Vipi tena mbona kama una mawazo sana?"

"Hamna kitu Pius, nilikuwa na Lali tumeongea mambo mengi sana kuhusu kesho na kila kitu kiko sawa."

"Sawa lakini huyu binti uliyetoka kuzungumza naye tumemuona tangu muda mrefu sana, anazungukazunguka. Anaingia ndani anatoka yaani kama mtu ambaye hajatulia. Jaribu kumchunguza maana hata wakati mnaongea alikuwa amekaa nyuma yenu na nadhani amesikiliza kila kitu!" Alisema Dokta Mathias, Pius naye akasema tena, "Japo sisi ni wageni lakini harakati anazozifanya hazileti picha nzuri jaribu kuwa naye makini!"

"Msiwe na wasiwasi, hapa kijijini huwa hamna mambo ya kimjini, huyu ni binti tu ambaye hapa nyumbani amepazoea sana kiasi kwamba ni mwanafamilia. Mnauonaje mkesha?"

"Mambo ni moto, na kwa kuwa muziki unatembea wenyewe, basi zimepigwa nyimbo nyingi nzuri za kila aina." Pius alijibu, na Dokta Mathias naye akaongezea, "Yaani hapa sijasikia taarabu tu, mingine yote imepigwa, kama vile bolingo za kikongo, bongo fleva na singeli!"

"Jambo jema sana, hebu twendeni tukalale, hawa vijana hawalali wakishachoka muziki wanaanza kuviziana, si mnawaona wanavyobambiana kila mtu na wake."

Tulielekea kulala japo kwa kelele ya muziki ilikuwa tu ni kujiegesha. Lakini pia nilikuwa na mawazo. Kumbe Rose amesikiliza kila kitu? Akisambaza maneno sijui itakuwaje! Baadaye nilipitiwa na usingizi, nikalala.

Asubuhi kulipokucha, watu wengi walikuwa wakifanya shughuli mbalimbali, baadhi walikuwa wanachota maji, wengine hasa vijana wa kiume, walikuwa wanachinja ng'ombe, wazee wakiwa pamoja na baba yangu walikuwa wameketi wakizungumza. Muziki ulikuwa bado unapigwa.

Nilipita nikiwasalimia, ndugu zangu wengine walikuwa wamesafiri kutoka vijiji vya mbali na hatukuwa tumeonana kwa miaka mingi sana. Walinipongeza na kunitupia lawama za kutokuwatembelea. Tulipata chai na kuanza maandalizi kwa ajili ya harusi.

Ilikuwa yapata saa saba mchana mama akiwa na Nyanji. Waliniita pembeni mama akiwa ametahamaki sana.

"Mwanangu ni aibu iliyoje! Tangu asubuhi tunapika nyama haziivi, sijui nini kimetokea? Haya mambo yalikuwa yameshapungua hapa kijijini. Leo wananifanyia mimi kweli?" Mama alilamika sana, Nyanji naye akamtupia lawama mama.

"Mama nilikwambia lakini hukunisikiliza! Kaka, kuna mtu alimsikia Rose akimwambia mama yake kuwa haiwezekani msichana wa kichaga anaolewa halafu yeye anaachwa! Alimuapia mama yake kuwa endapo hatofanya jambo basi yeye si mwanaye tena. Mimi naamini wametufanyia mchezo!" Maneno ya Nyanji yalinishtua lakini sikutaka kuonesha najua jambo, nikawasihi tu, "Msiwe na imani potofu, jambo hili mmeshamweleza baba?"

"Hapana, tuliona tukushirikishe kwanza wewe, hii ni aibu mwanangu, muda huu watu walipaswa wawe wanakula chakula lakini yametokea ya kutokea!" Mama alikuwa na uchungu usiomithilika, na Nyanji akaendelea kumfungua macho mama pasipo yeye kujua.

"Hivi mama hata hujiongezi! umeona ambavyo mama yake Rose hajashiriki kikamilifu kwenye shughuli yetu kama kina mama wengine? Hata asubuhi wakati mnacheza masalikula hakuwepo! Na hawa watu dawa yao mimi ninayo; ni kuwapa tu vidonge vyao. Naombeni mniruhusu nikalianzishe huko huko! Hizi nyama zitaiva ndani ya nusu saa."

"Mdogo wangu Nyanji nakupenda sana na ninajua ni kwa kiasi gani unaumizwa na jambo hili, nakusihi utulie, usifanye jambo lolote na wala ukiwaona Rose na Mama yake usiwaambie chochote."

"Sawa kaka nimekuelewa, lakini ufumbuzi wa suala hili unahitajika mapema kabla kina mama hawajazua taharuki huko jikoni."

"Naomba jambo hili mkamweleze Mzee, yeye atajua cha kufanya."

Mama na Nyanji waliondoka na kuniacha katika dimbwi la mawazo, niliyakumbuka maneno ya Rose, *"Richard, umeamua kuniacha mimi na kuleta mwanamke wa kichaga tena hajasoma kama mimi? Kwa nini lakini? Unashindwa kunioa mimi ambaye niko hapa hapa kijijini nakufahamu, na wewe unanifahamu vizuri! Nakuapia, hizi nyama haziliki!"*

Ina maana huenda ni kweli Rose ameamua kufanya upuuzi huu? Hivi kumbe michezo hii bado ipo? Nyama haziliki? Hata Nyanji naye amethibitisha. Huenda kweli Rose na Mama yake hawajafurahishwa na uamuzi wangu wa kuacha kumuoa Rose japo wanajua wazi kwamba sijamuoa Rose kwa sababu ya tabia zake. Si kwa sababu hajasoma, ni tabia tu.

Baada ya muda wa kama nusu saa, sijui nini kilitokea, niliona tu chakula kinapakuliwa na watu wanakula. Kwenye nyumba ya wageni pia kilipelekwa, mimi pamoja na marafiki zangu tulikula chakula, sikuwaambia changamoto iliyokuwa imejitokeza mpaka chakula kikachelewa.

Hatimaye, saa ya harusi ilifika. Mimi na Lali tulitoka nje kila mmoja na msindikizaji wake, yeye akiwa na Neema na mimi nikiwa na Pius. Sote tulipendeza kweli. Tulifika na kuketi sehemu iliyokuwa imeandaliwa kwa ajili ya maharusi.

Niliwatazama marafiki zangu na ndugu zangu, wote walikuwa na nyuso za furaha. Mshereheshaji akawaita wazazi wangu na wazee wa hekima wakasogea. Wakati zoezi la utoaji wa baraka linataka kuanza, ghafla tukavamiwa. Alikuwa ni Rose na mama yake, wote wakiwa wamejifunga vibwebwe.

"Haiwezekani kabisa mwanangu Rose asiolewe na Richard! Mmempotezea muda kwa ahadi za uongo!" Mama Rose alikuwa analalama kwa sauti ya juu sana, watu wote waligeuka kuwaangalia wao, kila kitu kilisimama kwa muda.

"Richard umenipotezea muda wangu kwa kunidanganya kuwa utanioa. Leo unamuoa msichana wa kichaga halafu umewadanganya wazazi wako kuwa ni msukuma. Mbaya zaidi binti mwenyewe ni yatima na hajasoma kama mimi! Mwanamke wa mtaani! Sasa ananizidi nini mimi? Hebu jamani nitazameni. Binti mweusi mwenye rangi ya kiafrika, nimejaaliwa shepu nzuri. Kila mwanaume ananitamani! Leo hii Richard ananiacha na kuchukua mwanamke ambaye hana mbele wala nyuma, kisa mweupe?"

Kweli kabisa, Rose ni binti mwenye umbo na sura ya kiafrika. Kama anavyojinasibu yeye. Shepu anayo, na amepanda hewani. Tabia yake tu ilimponza nisimuoe. Na katika hili alikuwa ameshachelewa.

Vijana wa kijiji wakiongozwa na kaka yangu waliwakamata na kuwatoa nje ya lango. Mshereheshaji akasema,

"Hawa wala wasitusumbue, lao tunalijua na hatuwezi kuhangaika na maneno ya wakosaji! Mshereheshaji alisema.

Ndoa inafungwa au haifungwi?" Aliwauliza wanakijiji na familia yangu wakaitikia kwa bashasha,

"Inafungwaaa..."

"Kumbe huyu ndiye Rose! Nimepata picha sasa na alijuaje habari zangu?" Lali aliuliza, wala hakuwa na wasiwasi.

"Usiku ule wakati tunazungumza, kumbe alikuwa amekaa nyuma yetu na alisikiliza kila kitu!"

"Sasa itakuwaje?"

“Hana lolote, tumpuuze tu yeye na mama yake!” Pius akanishtua, nikamgeukia.

“Kumbe siku ile usiku uliamua kutuficha! Ni yeye tulimwona akiwa ameketi nyuma yenu wakati mnazungumza!”

“Ni kweli kaka Pius sikutaka muwe na hofu sana!” Dokta Mathias alifika akamshika Lali mabegani kisha akamwambia,

“Usijali Lali, kuwa na amani!”

Basi, taratibu zote za kimila zikafanyika; ilikuwa ni shangwe kwa kila mtu, hakika mambo yalikuwa mazuri. Sherehe ilifana sana, na iliisha huku picha nyingi zikipigwa. Brighton alifanya kazi nzuri sana nyuma ya kamera.

Baada ya siku kadhaa kupita tuliwaaga wazazi na kurejea mjini nikiwa na marafiki zangu. Tulibeba zawadi nyingi, na marafiki zangu walifurahi sana na kuahidi kurudi kwetu wakati mwingine.

Maandalizi ya harusi ya kanisani yalifanyika kwa muda mfupi tu kwa kuwa hatukutaka mambo mengi. Wazazi wangu na ndugu zangu walifika kushiriki harusi yetu; wakapata kufahamiana na ndugu ambao tulikuwa tumewaandaa kama wazazi wa Lali.

Baada ya kiapo cha ndoa takatifu, na maneno matamu ya Lali akiahidi kunipenda milele, Paula alinifuata.

“Richard, Wewe ni mshindi! Umekuwa mwalimu na mwanaume bora sana kuwahi kukutana naye duniani. Lali ni mshindi pia, kwake utamuenzi Diana.” Nitayakumbuka zaidi maneno ya Paula katika maisha yangu.

Sherehe iliisha, na fungate ikafuata. Usiku tukiwa chumbani, niliongea na Lali.

“Nimekuficha jambo moja ambalo kwa kweli kwa muda mrefu limekuwa likinitesa moyo wangu. Kwanza niseme, asante kwa kukubali kuwa mke wangu! Tumepitia mengi japokuwa hatimaye tumeshinda! Ninayo simulizi ndefu sana, siwezi kukuelezea yote ana kwa ana kwani nitaona aibu.

Niliandika kitabu hiki kama kumbukumbu muhimu katika maisha yangu, na hii ndiyo zawadi yangu kwako, niliyokuahidi kukupa siku ya fungate yetu. *Bweni la wasichana*, hakika utayasoma mengi niliyoyapitia mpaka nafika kwako. Merabu, nakupenda sana na kwako nitamuenzi Diana, mwanafunzi wangu niliyekuwa nikimpenda sana. Na mwenyezi Mungu ailaze mahali pema peponi roho ya marehemu Diana, amina.”